ஜி

சதீஷ் கிருஷ்ணமூர்த்தி

அமெரிக்காவில் டெம்பிள் யூனிவர்சிடியில் எம்.பி.ஏ. படித்தவர். கவின்கேர், கிரிக்கின்ஃபோ, ரிலையன்ஸ் போன்ற நிறுவனங்களில் மார்க்கெட்டிங் துறையில் முன்னணிப் பதவிகளை வகித்தவர். மெக்கேன் எரிக்ஸன், முத்ரா போன்ற விளம்பர நிறுவனங்களில் மேலாளராகப் பணி புரிந்தவர். தற்போது சிறிய மற்றும் நடுத்தர நிறுவனங்களுக்கு மார்க்கெட்டிங் ஆலோசகராக இருக்கிறார். அத்துடன் பிரபல நிர்வாகவியல் கல்லூரிகள், தொழிற்துறை சங்கங்கள் மற்றும் கம்பெனிகளில் மார்க்கெட்டிங் துறையில் பாடங்களும் பயிற்சி வகுப்புகளும் நடத்துகிறார்.

ஆசிரியரின் பிற புத்தகங்கள்

விளம்பர மாயாஜாலம்
மார்க்கெட்டிங் மாயாஜாலம்
மார்க்கெட்டிங் பஞ்ச மாபாதகங்கள்
போட்டுத் தள்ளு
பட்டைய கிளப்பு: ப்ராண்ட் பற்றிய க்ராண்ட் அறிமுகம்

பிசினஸ் சைக்காலஜி

சதீஷ் கிருஷ்ணமூர்த்தி

பிசினஸ் சைக்காலஜி
Business Psychology
Satheesh Krishnamurthy ©

First Edition: December 2016
120 Pages
Printed in India.

ISBN 978-81-8493-655-1
Kizhakku - 948

Kizhakku Pathippagam
177/103, First Floor,
Ambal's Building, Lloyds Road,
Royapettah, Chennai - 600 014.
Ph: +91-44-4200-9603

Email : support@nhm.in
Website : www.nhm.in

kizhakkupathippagam
kizhakku_nhm

Author's email id: satheeshkrishnamurthy@gmail.com

Kizhakku Pathippagam is an imprint of New Horizon Media Private Limited.

எ‌ன் எம்.பி.ஏ. பேராசிரியர் மதிப்புக்குரிய
திரு. ராஜன் சந்திரன் அவர்களுக்கு

பொருளடக்கம்

முன்னுரை

நீங்க இளிச்சவாயனா சார்?

உங்கள் முகத்தைக் கண்ணாடியில் பார்த்திருக்கிறீர்களா?

உங்களுக்கு எப்படி என்று தெரியவில்லை, ஆனால் பல சமயங்களில் பலர் முகத்தில் 'இளிச்சவாயன்' என்று எழுதியிருக்கிறதோ என்ற சந்தேகம் எனக்கு உண்டு!

அது எப்படி சார்? ஏழு கோடி தமிழர்களை விட்டுவிட்டு படவட்டம்மன் கோயில் பாலூற்றும் விழாமுதல் பள்ளிக் கூடக் கட்டட நிதிவரை கரெக்டாய் நம்மைத் தேர்ந் தெடுத்து டொனேஷன் வாங்கிச் செல்கிறார்கள்; ஊரில் எத்தனையோ பேர் குடியிருக்க நம்மைக் கண்டுபிடித்துக் கடன் வாங்கி எஸ்கேப் ஆகிறார்கள். தெருவில் பல பேர் குடியிருக்க நம்மை அசோசியேஷன் செக்ரட்டரி ஆக்கி, இருக்கும் வேலை பத்தாது என்று தெரு வேலை முழு வதையும் நம் தலையில் கட்டுகிறார்கள். ரோட்டில் எத்தனையோ பேர் நடக்க நம்மிடம் மட்டும்வந்து 'பர்ஸைத் தொலைச்சிட்டேன், ஊர் போக பஸ்ஸுக்கு பணம் இல்ல, உதவி பண்ணுங்க ப்ளீஸ்' என்று கேட்டு நம் பர்ஸைக் காலியாக்கி நாம் வீட்டுக்குச் செல்ல மற்றவரிடம் கையேந்தும் நிலைக்குத் தள்ளுகிறார்கள்.

அதுதான் கேட்கிறேன். நம் முகத்தில் ஏதாவது எழுதியிருக்கிறதா? நம்மைப் பார்த்தால் 'இங்க ஒருத்தன்

சிக்கியிருக்கான். இவனை அடிச்சு மீன் பாடி வண்டியில போட்டு மூத்திர சந்துக்கு அனுப்பலாம்' என்று தோன்றுகிறதா?

கேட்டதைக் கேள்வி கேட்காமல் கொடுக்கிறோம், ஏன்? சொன்னதைச் சொன்னபடி செய்கிறோம், எதனால்? வந்தவரிடம் கூசாமல் குனிகிறோம், எதற்கு? வடிகட்டிய கேனையாய் இருக்கிறோம், எப்படி?

இதற்கு சைக்காலஜியில் விடை இருக்கிறது. நம் எண்ணங்களின், செயல்பாடுகளின் உண்மையை உணர்த்த உளவியல் உதவி செய்கிறது. அந்த விடைகளில் சிலதை அறிமுகப்படுத்தவே இப்புத்தகம். நம்மை நாம் கொஞ்சமாவது அறிந்துகொள்ளவே இத்தொகுப்பு. அப்படி அறிமுகமாகி, அறிந்துகொள்ளும் விஷயங்களை பிசினஸில் பயன்படுத்திப் பயன்பெறவே இம்முயற்சி.

முதலிலேயே ஒன்றைத் தெளிவாக்கிவிடுகிறேன். நான் சைக்காலஜிஸ்ட் அல்ல; நான் ஒரு மார்கெட்டிங ஆலோசகன். மார்க் கெட்டிங்கை, பிராண்டை, விற்பனையை நேர்படுத்தி, வளர்க்க உதவுவது என் பணி. அவ்வகையில் சிறு தொழில் முதல் மீடியம் சைஸ் பிசினஸ் வரை ஓரளவு பரிச்சயமுண்டு. நிர்வாகவியல் படித்த காலம் முதல் சைக்காலஜி மீது கொஞ்சம் நாட்டம் உண்டு. புத்தகங்கள் மற்றும் ஆராய்ச்சி கட்டுரைகள் படித்தேன். படித்துக் கொண்டிருக்கிறேன். படித்த விஷயங்களைத் தொழிலில், கம்பெனியில், பணியாளர்களிடம், வாடிக்கையாளர்களிடம் பார்க்கிறேன். பார்த்துக் கொண்டிருக்கிறேன். படித்த, பார்த்த, புரிந்துகொண்ட விஷயங்களின் தொகுப்பு இப்புத்தகம்.

இப்புத்தகத்தில் நான் எழுதியிருக்கும் விஷயங்கள் என்னுடைய கண்டுபிடிப்புகள் அல்ல. கோடிட்டுக் காட்டியிருக்கும் ஆய்வுகள், விளக்கியிருக்கும் கோட்பாடுகள் எல்லாம் தேர்ந்த சைக்காலஜிஸ்ட்கள் சொன்னவை, செய்தவை, சேர்த்தவை, சாதித்தவை.

உங்களைப்போல் ஒரு வாசகனாய்த்தான் அவர்கள் ஆய்வை, எழுத்தை, சாதனைகளைப் படித்தேன். அதை உங்கள், என், நம் வாழ்க்கையோடு ஒப்பிட்டுப் பார்த்தேன். நம் தொழிலோடு, பிசினஸோடு, கம்பெனி யோடு, கடையோடு சேர்த்து யோசித்தேன். அதன் விளைவுதான் நீங்கள் இந்தப் புத்தகத்தில் படிக்கப்போவது.

நீங்கள் பிசினஸ் செய்வது மனிதர்களுடன் என்ற பட்சத்தில், தொழில் செய்வது மனிதர்களுக்கு என்ற விதத்தில் அவர்களுக்கு மனம் என்று ஒன்று இருந்தே தீரும். அந்த மனம் அவர்களை வழிநடத்தும் விதத்தை, செயல்படுத்தும் முறையை, வாங்கத் தூண்டும் உணர்வை அறிய இப்புத்தகம் ஓரளவாவது உதவும்.

இப்புத்தகத்தில் உள்ளவை 'தி இந்து' (தமிழ்) பத்திரிகையில் 'தொழில் ரகசியம்' என்ற என் வாராந்திர Column-ல் நான் எழுதிய கட்டுரைகள். அப்பகுதியில் பிசினஸ், மார்கெட்டிங், நிர்வாகவியல் என்று பல துறைகள்பற்றி எழுதினேன். சைக்காலஜி பற்றியும் அது நம்மை, நம் எண்ணங்களை, மனதை, நம் தொழிலை, பிராண்டை பாதிக்கும் விதங்களைப் பற்றியும் பல கட்டுரைகள் எழுதினேன்.

அவை நன்றாக இருந்தன, பிடித்திருந்தது, உபயோகமாய் இருந்தது என்று பல நல்ல இதயங்கள் நேரில் கூறினார்கள், ஃபோனில் பேசினார்கள். மெயிலில் எழுதினார்கள். தங்கள் மனதிற்குள்ளும் சொல்லிக் கொண்டார்கள்!

அந்தப் பாராட்டு தந்த தைரியத்தில் அக்கட்டுரைகளை இன்னமும் விரிவாக்கி, மேலும் விளக்கங்கள் சேர்த்து, அதிக விஷயங்கள் கூட்டி, புதிய உதாரணங்களுடன் பெரியதாக்கினேன். விரிவாக்கியது புத்தகமாய் உருவெடுத்தது.

பூர்வ ஜென்மத்தில் எதனாலோ எனக்குக் கடன்பட்ட பாவத்துக்கு நான் எழுதுவதை எல்லாம் வெளியிடும் 'கிழக்கு பதிப்பகத்துக்கு' அனுப்பினேன். பதிப்பாசிரியர் நண்பர் பத்ரி சேஷாத்ரி ஆர்வத்துடன் பிரசுரித்திருக்கிறார்.

எத்தனையோ புத்தகங்கள் இருக்க, இதை நீங்கள் கையில் எடுத்திருக்கிறீர்கள். உங்கள் முகத்தில்...

வேண்டாம், நான் ஏதாவது சொல்லப்போய் இப்புத்தகத்தைக் கீழே வைத்துவிடுவீர்கள். அப்படிச் செய்யாமல் வாங்குவீர்கள் என்று நம்புகிறேன்.

நண்பன்

சதீஷ் கிருஷ்ணமூர்த்தி

- 1 -

பிசினஸ்ஸும் சைக்காலஜியும்

'ஆகாயத்தில் கோட்டை கட்டுபவன் முட்டாள். அந்தக் கோட்டையில் வாழ்பவன் பைத்தியக்காரன். அங்கு வாழ்வதற்கு வாடகை வசூலிப்பவன் சைக்காலஜிஸ்ட்!'

எல்லாத் துறையைச் சேர்ந்தவர்களையும் கேலி செய்பவர்கள் சைக்காலஜிஸ்ட்டுகளை மட்டும் விட்டு வைப்பார்களா. அதுதான் இந்த ஜோக். சைக்காலஜிஸ்டுகள் என்னை மன்னிக்கவேண்டும்.

இந்த ஜோக்கை எழுதியதற்கு மட்டுமல்ல; இந்தப் புத்தகத்தை எழுதியதற்கும்!

மனித மனதை, மனதில் நினைப்பதை, நினைப்பதன் காரணத்தை, மனிதன் நடப்பதை, மனிதனின் நடத்தையை அறிந்துகொள்ளும்வித்தை, புரிந்துகொள்ளும் முயற்சி தான் சைக்காலஜி.

சைக்காலஜி என்ற வார்த்தையே கிரேக்க மொழியிலிருந்து இறக்குமதி செய்யப்பட்ட ஒன்று. 'சைக்கி' என்றால் 'மனம்', 'லொகோஸ்' என்றால் ஆய்வு. மனதைப் பற்றிய ஆய்வுதான் சைக்காலஜி!

சைக்காலஜி மனித மனங்களை, மனிதன் நடந்து கொள்ளும் முறையை ஆராயும் இயல். நாம் என்ன நினைக் கிறோம், ஏன் அவ்வாறு நினைக்கிறோம், எப்படி நடந்து கொள்கிறோம், ஏன் அப்படி நடந்துகொள்கிறோம், எதை உணர்கிறோம், எதனால் உணர்கிறோம் எல்லாமே சைக்காலஜி ஆய்வுக்குட்பட்டவை.

நம்மில் பலர் சைக்காலஜி என்பது ஏதோ மன நோய் சம்பந்தப்பட்ட விஷயம் என்றே நினைக்கின்றனர். 'அன்னியன்' அம்பிக்குள் நடக்கும் மல்டிப்பில் பர்சனாலிடி டிஸ்ஆர்டர்தான் சைக்காலஜி என்றில்லை. மனித மனம் சம்பந்தப்பட்ட எல்லாமே சைக்காலஜிதான்.

சைக்காலஜியை வைத்துக்கொண்டு என்ன செய்ய முடியும்?

'என்ன வேண்டுமானாலும்'!

சைக்காலஜி மனித மனதைப் படம் பிடித்துக் காட்டி இன்சைட் வழங்கி மனிதர்களை மேலும் சரியாகப் புரிந்துகொள்ள உதவுகிறது. வாழ்க்கையில் மட்டுமல்ல, வியாபாரத்திலும் மனிதர்கள் நினைப்பதை, நடந்துகொள்ளும் முறையை, அதன் காரணங்களை அவர்களே அறியாத காரணத்தை அறிய வைக்க உதவுகிறது. மனிதவளத்துறை முதல் மார்க்கெட்டிங்வரை மனிதர்களைச் சுற்றித்தானே தொழில்; மனங்களைப் பற்றித்தானே பிசினஸ்.

நாய் பிஸ்கட் விற்கும் கம்பெனிகூட சைக்காலஜி பற்றித் தெரிந்து கொள்வது அவசியம். பிஸ்கட்டை நாய்கள் உபயோகித்தாலும் அதை வாங்குவது அதை வளர்க்கும் மனிதர்தானே. அவருக்கும் மனம் இருக்கும்தானே!

வாழ்க்கையின் ஒவ்வொரு அங்குலத்திலும் ஓர் உளவியல் ஒளிந்திருக்கிறது. அந்த உளவியலில் உண்மைகள் புதைந்திருக்கிறது. அந்த உண்மையை ஓரளவாவது புரிந்துகொள்ளும்போது வாழ்க்கையின் அர்த்தம் புரிகிறதோ இல்லையோ மனிதர்கள் நடந்து கொள்ளும் விதம் புரிகிறது. மற்றவர்களை விடுங்கள். நம்மை நாமே இன்னமும் புரிந்துகொள்ளமுடிகிறது.

நிர்வாகத்தின் ஒவ்வொரு அங்கத்திலும் மனிதர்கள் உண்டு. மனங்கள் உண்டு. ஆக, அங்கு சைக்காலஜிக்கு இடம் உண்டு. கம்பெனிகளில் பணிக்கு ஊழியர்களைத் தேர்வு செய்வதற்கே சைக்கலாஜி டெஸ்டுகள் நடத்தப்படுகின்றன. பணியில் சேர்ந்த அவர்களை மோட்டிவேட் செய்யப் பணம் மட்டும் பத்தாது என்று பல சைக்காலஜி ஆய்வுகள் உணர்த்தியிருக்கின்றன. அவர்களை உற்சாகத்துடன், உத்வேகத்துடன் பணி புரிய என்ன செய்வது, அதை எப்படி செய்வது என்பதற்கும் சைக்காலஜி உதவுகிறது.

கம்பெனி மனித வளத்தைத் திட்டமிட்டு. ஒழுங்குபடுத்தி, கண்ட்ரோல் செய்து தலைமை தாங்கி நடத்துவதற்கு மெண்டல் திறன் தேவை. இது சைக்காலஜியின் ஒரு அங்கமே. பணியாளர்கள் நினைப்பது, நடந்து கொள்ளும் முறை, அதன் காரணங்கள் முதலியனவும் சைக்காலஜியே.

சைக்காலஜி பற்றிய அறிவு பெரிதும் உதவும் ஒரு நிர்வாகப் பிரிவு உண்டென்றால் அது சாட்சாத் மார்க்கெட்டிங்தான். விற்பது மனிதர்களுக்கு என்னும்போது அந்த மனித மனதைப் புரிந்துகொண்டு, அதன் எண்ண ஓட்டங்களை அறிந்துகொண்டு, அவர்கள் தேவை களைத் தெரிந்துகொண்டு அதன் படி மார்க்கெட்டிங் புரிய சைக்காலஜி பற்றிய தெளிவான அறிவும் புரிதலும் அவசியம்.

கலர்களில் சைக்காலஜி இருக்கிறது. இது புரிந்தால் தானே பிராண்ட் கலர்களைத் தெளிவாக வடிவமைக்க முடியும். இசையிலும் உண்டு சைக்காலஜி. இதை அறிந்தால்தான் விளம்பரம் முதல் கடைகளில் பின்னணியில் ஒலிபரப்பும் இசை வரை பார்த்து சரியாய் செய்ய முடியும். பிராண்டுக்கு நிர்ணயிக்கும் விலையில் இல்லாத சைக்காலஜியா. இது தெரியாமல் போனால் மார்க்கெட்டில் நம் பிராண்ட் விற்காது. நாம்தான் விலை போகவேண்டும்!

பிசினஸ் மேட்டரில் சைக்காலஜியைப் புரிந்துகொள்வதன் அவசியம் சமீப காலமாகத்தான் பலருக்கும் புரிந்து வருகிறது. அந்த வகையில் பிசினஸ் சைக்காலஜி என்பது ஒரு புது இயலாக இங்கு வளரத்தான் போகிறது.

பிசினஸ் சைக்காலஜி என்பது மனிதர்கள் நடந்துகொள்ளும் விதத்தைப் புரிந்துகொண்டு அந்தப் புரிதலைத் தொழிலில், கம்பெனியில் உபயோகப்படுத்தி நிர்வாகத்தைச் செம்மையாக்கும் முயற்சி. மனித மனதையும் அது நடந்துகொள்ளும்விதத்தையும் புரிந்துகொண்டீர்கள் என்றால் உங்கள் தொழிலில் வெற்றி பெறும் சாத்தியக்கூறை உயர்த்துகிறீர்கள் என்று அர்த்தம்.

தொழில் என்பது உள்ளபடியே மனித முயற்சி. மனிதர்களால் ஆன ஒரு குழுமம். மனிதர்களே வாடிக்கையாளர்களாக அமையப்பெற்ற ஸ்தாபனம். என்னதான் டெக்னாலஜி, காப்புரிமை, பண பலம் என்று இருந்தாலும் எந்தத் தொழிலின் வெற்றிக்குப் பின்னால் இருப்பது மனித மனங்கள்தான்.

மனித நடத்தையைப் புரிந்து பிசினஸ் செய்யும் நிர்வாகம் முதல் மனிதர்களின் தேவையை அறிந்து அதற்கேற்ற பொருளைச் செய்து விற்கும் திறன்வரை பிசினஸ் மனிதர்களைப் பற்றிய ஒன்று. மனித மனங்களைச் சுற்றிய ஒன்று.

இப்படிச் செய்யலாமா? இது தவறில்லையா? மனதை ஆதிக்கம் செலுத்தி பிசினஸ் செய்வது பாவமில்லையா என்று சிலர் நினைக்கலாம்.

பிசினஸ் சைக்காலஜி மனித மனதை கண்ட்ரோல் செய்யும் கருவி அல்ல. அது வேலை செய்யும் விதத்தைப் பிரதிபலிக்கும் கண்ணாடி, அவ்வளவே. ஆகவே தப்பில்லை.

சைக்காலஜியே உன் விலை என்ன?

நானும் நீங்களும் ஜிம்மில் சேர்கிறோம் என்று வைத்துக் கொள்வோம். அட, ஒரு பேச்சுக்கு சார். நான் ஆண்டு சந்தா ஆறாயிரம் ரூபாய் கட்டுகிறேன். நீங்கள் மாதா மாதம் சந்தாவாக ஐநூறு கட்டுகிறீர்கள். இருவரில் யார் ரெகுலராக ஜிம் சென்று பயிற்சிசெய்வோம் என்று நினைக்கிறீர்கள்? ஆண்டு முடிவில் யார் சந்தாவைப் புதுப்பிப்போம் என்று தோன்றுகிறது?

நாம் இருவர் தரும் தொகையும் ஒன்றே. பெறும் பயனும் ஒன்றே. ஆனால் ஆய்வுகளில் நீங்கள் ஓரளவாவது ரெகுலராக ஜிம் சென்று பயிற்சி பெறுவீர்கள் என்றும் நான் சேர்ந்த புதிதில் ரெகுலராக ஜம்மென்று சென்றவன் நாள்படப் போவதைக் குறைந்து கம்மென்று இருப்பேன் என்றும் ஆய்வுகளில் நிரூபிக்கப்பட்டிருக்கிறது.

ஏன்? எதற்கு? எப்படி?

கொடுத்த ஐயாயிரம் ரூபாய் வீணாகக்கூடாது என்ற வைராக்கியம் இருக்கும்வரை ரெகுலராக ஜிம் செல்லும் நான் பணம் கொடுத்த சூடு தணிய, சோம்பேறித்தனம் வளர ரெகுலராக ஜிம் போவதைத் தவிர்க்கிறேன்.

ஆனால் மாதா மாதம் ரெகுலராக முள்ளங்கி பத்தை போல் சுளையாகப் பணம் தரும் உங்களுக்குக் கொடுக்கும் பணம்

எப்பொழுதும் நினைவில் சூடாய் இருப்பதால் நீங்கள் ரெகுலராக ஜிம் செல்கிறீர்கள். அதோடு நீங்கள் ரெகுலராகச் செல்வதால் அடுத்த வருடமும் தொடர்ந்து ஜிம் செல்லும் சாத்தியக்கூறும் அதிகமாகிறது.

ஆனால் நாம்தான் ரெகுலராக ஜிம் செல்வதில்லையே, எதற்கு வீணாகப் பணம் கட்டி வேஸ்ட் செய்வது என்று நான் அடுத்த ஆண்டு சந்தாவை கட்டாமல் ஜிம்மிலிருந்து கழண்டு கொள்கிறேன்.

விலை என்பது டிமாண்டை மட்டுமல்ல, பொருள் உபயோகத்தையும் பாதிக்கிறது என்கிறார்கள் ஜான் கூர்வில் மற்றும் திலிப் சோமன். உலகப் புகழ் பெற்ற நிர்வாகவியல் ஜர்னல் 'ஹாவர்ட் பிசினஸ் ரெவ்யூ'வில் 'Pricing and the psychology of consumption' என்ற ஆராய்ச்சி கட்டுரையில் விலை நிர்ணயிப்பதிலும், அது வசூலிக்கப்படும் முறையிலும் உள்ள உளவியல்ரீதியான பாதிப்புகளை மிக அழகாக விளக்கியிருக்கிறார்கள்.

பொருளை விற்றதோடு சரி, உபயோகிப்பதும் உபயோகிக்காமல் இருப்பதும் வாடிக்கையாளர் தலையெழுத்து என்று பல தொழிலதிபர்களும் மார்க்கெட்டர்களும் நினைக்கிறார்கள். அதுபோல் விற்கும் பொருளுக்குப் பணத்தை முதலிலேயே வாங்கிவிட்டால் நல்லது என்றும் நினைக்கிறார்கள். ஆனால், வாடிக்கையாளரின் உளவியல் ரீதியான ரியாக்ஷன் முற்றிலும் வேறானது. அவர்கள் நினைப்பதற்கு மாறானது. இதைத் தொழிலதிபர்களும் மார்க்கெட்டர்களும் உணர்வதில்லை.

விலை பற்றிய உண்மைகளை, வாடிக்கையாளர்கள் உள்ளத்தில் விலை நடத்தும் உளவியல் உள்குத்தை உட்கார்ந்து உள்ளபூர்வமாக உள்வாங்கி உணர்ந்துகொள்வோம் வாருங்கள்.

அதிக உபயோகமே அதிக விற்பனை

'கொன்றால் பாவம் தின்றால் போச்சு' என்றார் கவிஞர் கண்ணதாசன். 'விற்றால் போதும் தின்றால் என்ன திங்காமல் போனால் என்ன' என்கிறார்கள் மார்க்கெட்டர்கள். வாங்கிய பொருளை வாடிக்கை யாளர்கள் உபயோகிக்க வைப்பதன் அவசியத்தை அவர்கள் உணர்வதில்லை. விற்கத்தான் முடியும், வாங்கியவர்தான் அதை உபயோகிக்கவேண்டும் என்று விட்டேத்தியாய் விட்டுவிடுகிறார்கள்.

ஜிம்மிற்கு ரெகுலராகச் செல்பவர்கள் சந்தாவைப் புதுப்பிக்கிறார்கள், ரெகுலராகச் செல்லாதவர்கள் தாம்தான் ரெகுலராக செல்வதில்லையே, எதற்கு சந்தாவைப் புதுப்பித்துக்கொண்டு என்று நின்றுவிடுகிறார்கள் என்பது பல ஆய்வுகளில் தெளிவாக்கப்பட்டிருக்கிறது. இந்த உண்மை பல மார்க்கெட்டர்களுக்குத் தெரிவதில்லை.

வீட்டில் டிடிஎச் (DTH) கனெக்ஷன் வைத்திருக்கிறீர்கள் என்று வைத்துக்கொள்வோம். குறிப்பிட்ட ஒரு சேனலுக்கு ஆண்டு சந்தா கட்டியிருக்கிறீர்கள். ஆனால் பல காரணங்களுக்காக அந்த சேனலை நீங்கள் அதிகம் பார்ப்பதில்லை என்ற நிலை இருந்தால் அந்த சேனல் வேண்டாம் என்று அடுத்த ஆண்டு சந்தாவைப் புதுப்பிக்காமல் விட்டுவிடுவீர்கள். அதுதான் அந்த சேனலையே நீங்கள் பார்ப்பதில்லையே. எதற்கு வீணாய்ப் பணம் கட்டிக்கொண்டு என்று ஒதுக்கிவிடுவீர்கள்.

ஆனால் நீங்கள் ரெகுலராக பார்க்கும் சேனல்களை வருடா வருடம் புதுப்பிப்பீர்கள்.

போட்டிப் பிசாசு மென்னியை முறுக்கும் இன்றைய உலகில் புது வாடிக்கையாளரைப் பிடிப்பதற்குள் போதும் போதும் என்றாகி விடுகிறது. கிடைத்த வாடிக்கையாளரைத் தக்கவைக்காவிட்டால் எப்படி?

இதற்கு வழி வாடிக்கையாளரை பிராண்டை ரெகுலராக உபயோகிக்க வைப்பது. வாடிக்கையாளரோடு நீண்ட உறவை மலரச் செய்ய அவர்களை பிராண்டை விடாமல் உபயோகிக்கச் செய்யவேண்டும். விலை நிர்ணயம் இதற்கு உதவுகிறது.

சில பொருள் வகைகளில் வருவாய் பலவிதங்களில் வரும். அது போன்ற பொருள் வகைகளில் உபயோகிக்கும் அளவு அதிமுக்கியம் வாய்ந்ததாகிவிடும்.

உதாரணத்துக்கு, தியேட்டர்கள், கிரிக்கெட் ஸ்டேடியங்கள், இசைக் கச்சேரிகள் போன்றவற்றுக்கு நுழைவு டிக்கெட் மூலம் கிடைக்கும் வருவாய் ஒரு பகுதிதான். அவர்களுக்கு வருவாய் மற்ற வழிகளில்தான் அதிகம். பார்க்கிங் முதல் ஈட்டிங் வரை, குளிர்பானங்கள் முதல் சூவினேர் (Souvenir) வரை வருவாய் கிடைக்க மற்ற வழிகள் ஏகப்பட்டது உண்டு.

டிக்கெட் வாங்கி வாடிக்கையாளர் வரவில்லை என்றால் தியேட்டர்களுக்கும் ஸ்டேடியங்களுக்கும் அதன் வருவாய் வெகுவாய் குறையும். டிக்கெட் விற்றதோடு சரி, வாங்கியவர் வரவில்லை என்றால் அது அவர் தலையெழுத்து என்று விட்டுவிடமுடியாது. விட்டுவிடவும் கூடாது. வர மனமில்லாதவர்கள் வராமல் போனால் கிடைக்கவேண்டிய எக்ஸ்ட்ரா வருவாய் கிடைக்காமல் போய்விடும்.

சினிமா, புத்தகம், பத்திரிகை போன்றவற்றின் வெற்றி அதன் வாடிக்கை யாளர்கள் அவற்றைத் தொடர்ந்து வாங்கி அதைப்பற்றி நல்லவிதமாய் நான்கு பேரிடம் சொல்வதில் அடங்கியிருக்கிறது. இப்பொருள்

வகைகள் உபயோகிக்கப்பட்டால்தானே இது நடக்கும். அந்த உபயோகத்தை நிர்ணயிப்பது விலைகள்தான் என்பது இந்நேரம் உங்களுக்குப் புரிந்திருக்கும்.

உபயோகத்தை நிர்ணயிக்கும் விலை

பொருளின் விலை தெரிந்து வாங்கும்போது அதை வாடிக்கையாளர் உபயோகிக்கும் சாத்தியக்கூறு அதிகமாகிறது. இதற்கு Sunk cost effect என்று பெயர். காசு கொடுத்து வாங்கும் பொருளை உபயோகிக்க வேண்டும், கொடுத்த காசை வீணாக்கக்கூடாது என்ற எண்ணம் வாங்கியவருக்கு அதிகம் உண்டு.

சிகாகோ பல்கலைக்கழகத்தின் பிஹேவியரால் பொருளாதார நிபுணர் (Behavioural Economist) *ரிச்சர்ட் தேலர் செய்த ஆய்வு இதை விளக்கும். 300 டாலர் கொடுத்து டென்னிஸ் கிளப்பில் சேர்பவர் இரண்டாவது வாரத்திலேயே கை சுளுக்கி அவதிப்பட்டாலும் அதைப் பெரிது படுத்தாமல் கிளப்புக்குச் சென்று விளையாடுகிறேன் என்றார். கேட்டதற்கு 'பின்னே, 300 டாலர் அழுதிருக்கிறேன். பணம் என்ன மரத்திலா காய்க்கிறது' என்றிருக்கிறார்!*

இதே போல் ஒஹையோ பல்கலைக்கழகத்தைச் சேர்ந்த சைக்காலஜிஸ்ட் ஹால் ஆர்க்ஸ் ஒரு ஆய்வு செய்தார். அறுபது மாணவர்களைப் பிடித்து அவர்களிடம் ஒரு கேள்வி கேட்டார்: 'நீங்கள் பனிச் சறுக்கு விளையாட *50* மற்றும் *100* என்று இரண்டு டிக்கெட்டுகள் வாங்குகிறீர்கள். *50* டாலர் டிக்கெட்டுக்கான விளையாட்டு ஜோராய் இருக்கும். *100* டிக்கெட் அந்த அளவு ஜோராய் இருக்காது. காசு கொடுத்து வாங்கிய இந்த இரண்டு டிக்கெட்டுகளில் ஒன்றைத்தான் உபயோகிக்கவேண்டும் என்றால் எதை உபயோகிப்பீர்கள்?'

மாணவர்கள் அனைவரும் *100* டாலர் டிக்கெட் உபயோகிப்போம் என்றனர். ஜோராய் இருக்கிறதென்று *50* டிக்கெட்டை உபயோகித்தால் மற்ற *100* டாலர் வீணாகிவிடுமே. அதற்கு பதில் *100* டாலர் டிக்கெட்டை உபயோகித்தால் வெறும் *50* தானே போகும், போய்த்தொலையட்டும் என்றனர்!

இந்த ஆய்வு அமெரிக்காவில் நடந்தது. நம்மூரில் இது செல்லு படியாகாது என்று நினைக்கும் கேஸா நீங்கள். இதோ வருகிறேன்.

நாம் காசு கொடுத்து தினமும் நியூஸ் பேப்பர் வாங்குகிறோம். காலையில் அது மட்டுமா வருகிறது. சமயங்களில் 'அடையார் டைம்ஸ்' அல்லது 'மைலாப்பூர் டைம்ஸ்' என்று வேறு ஏதாவது இலவசமாக வீட்டுக்கு வருகிறது.

இரண்டில் நாம் எதை முதலில் எடுத்துப் படிக்கிறோம்?

காசு கொடுத்து வாங்கும் நியூஸ்பேப்பரை. ஏனெனில் மற்றது ஆஃப்டர் ஆல் ஓசி பேப்பர். காசு கொடுத்து வாங்கும் பேப்பரை படித்தால் மட்டுமே கொடுத்த காசுக்குப் புண்ணியம் என்று நாம் நினைப்பதால் தானே இது!

ஒரு வேளை காலையில் ஏதோ காரணத்துக்காக நியூஸ்பேப்பரை முழுவதும் படிக்க முடியாமல் போகிறது என்று வைத்துக்கொள்வோம். அன்று இரவு வீட்டுக்கு வந்து பேப்பரை தேடி எடுத்து விட்ட இடத்திலிருந்து படித்து முடிக்கிறோமா இல்லையா? காசு கொடுத்து வாங்கியிருப்பதால்தானே இது!

கொடுத்த பணத்தைவிட கொடுத்த உணர்வு முக்கியம்.

பொருள் உபயோகப்படுத்துவதன் அளவு அதை வாங்கத் தந்த விலையை மட்டுமில்லாது கொடுத்த விலையை உணர்வதிலும் இருக்கிறது. பொருள் விலை நிர்ணயிக்கப்பட்டிருக்கும் விதம், அது பெறப்படும் முறை போன்றவையும்கூட மார்க்கெட்டிங்கைப் பாதிக்கின்றன.

பொருள் வாங்கப் பணம் எவ்வாறு தரப்படுகிறது என்பதைக் கொண்டும் வாங்கும், உபயோகிக்கும் அளவு நிர்ணயிக்கப்படுகிறது. உதாரணத்துக்கு, ஆயிரம் ரூபாய் பொருளை பர்ஸிலிருந்து நோட்டை எண்ணிக் கொடுக்கும்போது பொருளின் அருமை அதிகமாய்ப் புரிகிறது. உபயோகிக்கவேண்டும் என்ற எண்ணம் பெருகுகிறது. அதுவே கிரெடிட் கார்ட் கொண்டு வாங்கும்போது பொருளின் அருமை பெரியதாகத் தெரிவதில்லை. ஓசியில் வந்த பொருளைப்போல உணர்கிறோம். உபயோகித்தே தீரவேண்டும் என்ற எண்ணம் பெரியதாகத் தோன்றுவதில்லை.

இன்னொன்றையும் நீங்கள் கவனித்திருக்கலாம். கடையில் காசு கொடுத்து வாங்கும்போது பொருளின் விலை தெரிகிறது. அதுவே கிரெடிட் கார்ட் மூலம் வாங்கும்போது வாங்கும் பொருளின் விலை தெரிவதில்லை!

இத்தனை சைக்காலஜி சமாச்சாரங்கள் உள்ள விலையை நிர்ணயிப்பதில், அதை வசூலிப்பதில் மார்க்கெட்டர்கள் கவனம் செலுத்த வேண்டியது அவசியம். இதோ அதற்கான சில டிப்ஸ்:

விலை நிர்ணயிக்கும் நேரம் (Timing)

பொருளை உபயோகிக்கும் நேரத்துக்கு அருகில் விலையை வசூல் செய்வது பொருளின் உபயோகத்தை அதிகரிக்கும். சீசன் டிக்கெட்டுகள், ஆண்டு சந்தா போன்றவை பொருள் வாங்கத் தரும் விலையை

மறைத்துவிடும் தன்மை கொண்டவை. பொருளை உபயோகித்தாக வேண்டும் என்ற அழுத்தத்தை இவ்வகை விலை நிர்ணயம் குறைத்து விடுவதால் அதன் உபயோகமும் குறைந்துவிடுகிறது. நாம் ஏற்கனவே பார்த்துபோல் உபயோகம் குறையும்போது மீண்டும் அதை வாங்கும் சாத்தியக்கூறும் குறைகிறது.

கூட்டு விலை நிர்ணயம் (Price bundling)

சமயங்களில் கம்பெனிகள் தங்கள் பொருட்களைச் சேர்த்து அதன் மீது கூட்டாக விலை நிர்ணயிக்கிறார்கள். அத்தகைய கூட்டுப் பொருட் களைத் தனித்தனியாக வாங்கினால் ஒரு விலை. அதையே கூட்டாகச் சேர்த்து வாங்கினால் அதைவிடக் குறைவான விலை என்ற முறையில் விற்கிறார்கள். இதற்கு ப்ரைஸ் பண்டிலிங் என்று பெயர்.

இவ்வகை விலை நிர்ணயம் குறைந்த கால டிமாண்டைக் கூட்டினாலும் நீண்ட காலம் பயன் தருவதில்லை என்று ஆய்வுகள் கூறுகின்றன. ஏனெனில் இது போன்று வாங்கிய கூட்டுப் பொருட்கள் எல்லா வற்றையும் வாடிக்கையாளர்கள் உபயோகிப்பதில்லை. அப்படி உபயோகம் குறையும்போது அதே பொருளை மீண்டும் வாங்கத் தோன்றுவதில்லை.

சில ஆங்கிலப் பத்திரிகைக் குழுமங்கள் இவ்வகை விலை நிர்ணயம் செய்து ஆண்டு சந்தாக்களை விற்கின்றன. ஒரு பத்திரிகையை வாங்கினால் ஒரு விலை. அதோடு இன்னொரு பத்திரிகைக்கான சந்தாவையும் சேர்த்து அனுப்பினால் குறைந்த விலை என்று விளம்பரப் படுத்துகின்றன.

குறைவான விலைக்கு ஆசைப்பட்டு வாடிக்கையாளர்கள் இரண்டு பத்திரிகைகளைச் சேர்த்து வாங்குகிறார்கள். ஆனால் நேரமின்மை, ஆர்வக்குறைவு என்று ஏதோ காரணங்களுக்கு அந்தப் பத்திரிக்கை களைப் படிப்பது குறையும்போது அடுத்த ஆண்டு இரண்டு பத்திரிகைகளின் சந்தாவையும் புதுப்பிக்காமல் விட்டுவிடுகிறார்கள் என்பது ஆய்வுகளில் தெரிந்திருக்கிறது.

விலை வசூலிக்கும் முறை

காசு கொடுத்துப் பொருள் வாங்கும்போது ஒன்றுக்கு இரண்டு முறை யோசித்து, விலையைப் பார்த்துப் படித்து வாங்கத் தோன்றுகிறது. ஆனால், கிரெடிட் கார்ட் மூலம் வாங்கும்போது விலையை நாம் கவனிப்பதில்லை என்பதைப் பார்த்தோம். கையிலிருந்து காசை எடுத்துக் கொடுக்கும்போதுள்ள உணர்வு கிரெடிட் கார்ட் மூலம் வாங்கும்போது இருப்பதில்லை.

இன்னொன்றையும் நீங்கள் கவனிக்கலாம். காசு கொடுத்து வாங்கும் பில்களையும் கிரெடிட் கார்ட் மூலம் வாங்கும் பில்களையும் ஒப்பிட்டுப் பாருங்கள். கிரெடிட் கார்ட் மூலம் வாங்கும் பில் தொகை அதிகமாக இருக்கும்.

இது தெரியாமல், தெரிந்தும் இதன் மகத்துவத்தை உணராமல், பல கடைக்காரர்கள் தங்கள் கடைகளில் கிரெடிட் கார்ட் வாங்குவதில்லை. அப்படியே வாங்கினாலும் கிரெடிட் கார்ட் மூலம் வாங்கும் பொருட் களுக்கு விலையில் இரண்டு சதவீதம் எக்ஸ்ட்ரா தா என்கிறார்கள். கடை தேடி வரும் குபேரனையும் லட்சுமியையும் கூர்கா இல்லாமலேயே கழுத்தைப் பிடித்து வெளியே துரத்துவதற்கு சமம் இது!

விலை பற்றிய உளவியல் உண்மை புரிந்தவர்கள் கிரெடிட் கார்டுக்கு மூன்று சதவீதம் கூடுதல், ரேஷன் கார்டுக்கு இரண்டு சதவீதம் எக்ஸ்ட்ரா என்று அல்பத்தனமாய்க் கேட்க மாட்டார்கள்.

தொழிலதிபராக மார்க்கெட்டராக உங்கள் பிராண்டை வாடிக்கை யாளர்கள் எப்படி வாங்க வைப்பது என்று தலையைப் பிய்த்து சிந்தித்துச் செயல்படுகிறீர்கள். அவர்கள் வாங்கிவிட்டால் மார்க் கெட்டிங் போரில் வென்றதுபோல் குதிக்கிறீர்கள். ஒன்றைப் புரிந்து கொள்ளுங்கள். வாங்கிய பிராண்டை வாடிக்கையாளர்களை முழுவதும் உபயோகிக்கச் செய்யும் போதுதான் போரில் நீங்கள் முழு வெற்றி பெற முடியும்!

குமரிப் பெண்ணின் உள்ளத்தில் குடியிருக்கக் காதல் நெஞ்சைத் தரவேண்டும் என்றார் ஒருவர்.

இந்தப் புன்னகை உன் இதயம் தந்த விலை என்றார் இன்னொருவர்.

என்ன விலை அழகே... என்ன விலையென்றாலும் தருவேன் என்றார் இன்னொரு பிரகஸ்பதி.

காதல் முதல் கத்திரிக்காய் கடை வரை விலையில்தான் எத்தனை சைக்காலஜி பார்த்தீர்களா!

- 3 -

கலர் கலர் வாட் கலர் டூ யூ ச்சூஸ்?

சிறு வயதில் கலர் ஆட்டம் ஆடியிருக்கிறீர்களா?

நண்பர்களோடு வட்டமாக நின்றுகொண்டு 'கலர் கலர் வாட் கலர் டூ யூ ச்சூஸ்' என்று கேட்டு ஒருவர் RED என்றால் எல்லாரையும் ஒவ்வொரு லெட்டராகக் கூறிக்கொண்டே தொட்டு D என்று கூறும்போது யாரைத் தொடுகிறோமோ அவர் அவுட் என்கிற ஆட்டம். கண்டிப்பாய் ஆடியிருப்பீர்கள்.

அந்த ஆட்டத்தைப் பல தொழிலதிபர்கள் இந்த வயதில் ஆடுவதைப் பார்க்கிறேன். பிராண்டுக்கு லோகோ, விளம்பரம் வடிவமைக்கும்போது டிசைனருடன் சேர்ந்து அமர்ந்து இந்த ஆட்டத்தை ஆடுகிறார்கள். 'பச்சை கலர் வையுங்க, ம்ம்ம் வேணாம், மஞ்சள் போட்டு பாருங்க. இல்ல முதல்ல போட்ட சிவப்பே இருக்கட்டும்'.

இப்படி விளையாட்டுத்தனமாக டிசைன் செய்தால் விற்கும் பிராண்ட் எப்படி வளரும்? செய்யும் தொழில் எங்கிருந்து உருப்படும்? வாழ்ந்து கெட்ட வயதிலுமா வாட் கலர் டூ யூ ச்சூஸ்? என்ன கன்றாவி இது?

கலர் ஒரு உளவியல் கருவி. வார்த்தைகளால் விளக்க முடியாத விஷயத்தைக்கூட கலர்கள் கலர்ஃபுல்லாக விவரிக்கும். கலர்களுக்கு ஏற்ப நடந்துகொள்ள நாம்

பழகிவிட்டோம். வண்டியில் செல்லும்போது ட்ராஃபிக் லைட் சிவப்பு விளக்கைக் காட்டினால் நிற்கிறோம். பச்சை விளக்கில் பறக்கிறோம்.

நாம் நினைப்பதை, நடந்து கொள்ளும் முறையைப் பாதிக்கும் சக்தி கலருக்கு உண்டு. கலர் கொண்டு ஒருவரை நாம் எங்கு பார்க்கவேண்டும் என்று நினைக்கிறோமோ அந்த இடத்தைப் பார்க்க வைக்கக்கூட முடியும். நாம் ஒருவரை என்ன செய்யவேண்டும் என்று விரும்பு கிறோமோ அதைச் செய்யவைக்கவும் கலர்களால் முடியும். அத்தியா வசியமானது என்று ஒன்றை உணர வைக்க கலர்கள் பயன்படும். இதனால்தான் மார்க்கெட்டர்களுக்கு கலர்களின் அருமையும் பெருமையும் அது மக்களைப் பாதிக்கும் விதங்களும் புரிந்துகொள்வது அவசியமாகிறது.

அதனால்தான் பிராண்டுகளுக்கு கலர்களைத் தேர்வு செய்யும்போது அதிகக் கவனம் தேவைப்படுகிறது. கலர் நன்றாக இருக்கிறது என்பதற்காக பிராண்டுக்கு ஒரு கலரைக் கொடுப்பதைவிட அந்த பிராண்டின் தன்மை, அது சார்ந்த பொருள் வகை, அதன் போட்டி யாளர்கள் உபயோகிக்கும் கலர் போன்ற சகலத்தையும் ஆய்வு செய்து பிராண்டுக்குத் தகுந்த கலரைத் தேர்ந்தெடுப்பது அவசியமாகிறது.

பிராண்ட் லோகோ, பாக்கிங், விளம்பரம் போன்றவற்றை டிசைன் செய்யும்போது கலர்களைப் பார்த்துப் பதமாய்த் தேர்ந்தெடுப்பது ரொம்பவே முக்கியம். ஒவ்வொரு கலருக்கும் ஒரு அர்த்தம் உண்டு. ஜாதி, மத, கலாசாரத்துக்கேற்ப அது மாறுபடுமே ஒழிய ஒவ்வொரு கலரும் மனதில் ஒன்றைக் குறிக்கும் தன்மை கொண்டது.

வெள்ளை மதிப்பு மிகுந்தது. 'ராம்ராஜ்' வேஷ்டி நிறுவனத்தை வேண்டுமானால் கேட்டுப் பாருங்கள். முடிந்தால் அவர்கள் வேஷ்டியை அணிந்து பாருங்கள். புரியும்.

பச்சை ஹெர்பல் மற்றும் ஆயுர்வேதப் பொருட்களைக் குறிக்கும் கலர். பிங்க் நிறம் என்றாலே குழந்தைகள் சம்பந்தப்பட்டது என்பது குழந்தை களுக்குக்கூடத் தெரியும்.

ஆரஞ்சு கலர் கலகலவென்றிருக்கும். மஞ்சள் கலருக்கும் தீயான சிவப்பு கலருக்கும் பிறந்த குழந்தை. இதை மகிழ்ச்சியான கலர் என்பார்கள். சரியாய்ப் பயன்படுத்தினால் நாவில் நீர் ஊற வைக்கவும், பசியெடுக்க வைக்கவும்கூட முடியும் என்பதால் இந்த கலரை உணவு, தின்பண்டங்கள் சம்பந்தப்பட்ட பிராண்டுகள் பயன்படுத்துவதைப் பார்க்கலாம்.

மனிதர்களை விடுங்கள், மாட்டு தீவனத்துக்குக்கூட ஆரஞ்சு உகந்த கலர். மதுரையைச் சேர்ந்த 'வைகை அனிமல் நியூட்ரிஷன்' என்ற

கம்பெனி மாடுகளுக்கு 'கோ ப்ளஸ்' என்ற ஸ்பெஷல் தீவனத் தவிட்டை ஆரஞ்சு கலர் பாக்கிங்கில் அறிமுகப்படுத்தியது. இன்று மார்க்கெட்டில் இந்த பிராண்ட் போட்டியாளர்களை முட்டி மோதி வேகமாக முன்னேறுகிறது.

நிறம் என்பது பொருள் பிரிவுக்கேற்ப மாறுபடும் தன்மை கொண்டது. நல்ல நாள் அல்லது விசேஷ தினம் அன்று புதுத் துணி எடுக்கும்போது அதில் கருப்பு கலர் இருந்துவிட்டால் அதை அமங்கலம் என்று கருதுபவர்கள் உண்டு. 'தீபாவளி அதுவுமா எதுக்குடா கருப்பு சட்டை வாங்கியிருக்கே' என்று உங்கள் பாட்டி திட்டியது ஞாபகம் வருகிறதா?

ஆனால் கார்களில் கருப்பு கலர் ரொம்பவே ப்ரீமியம் என்று கருதப்படுகிறது. விலையுயர்ந்த 'மெர்சீட்ஸ் பென்ஸ்', 'பிளம்டபிள்யூ', 'ஆடி' கார்கள் வாங்குகையில் பலரின் விருப்பம் கருப்புதானே.

அதேபோல் கருப்பு ஒரு ஆண்மைத்தனமான கலரும் கூட. 'புல்லட்' பைக் என்றாலே நம் மனதில் தோன்றுவது கருப்பு கலர் தானே. புல்லட் வேறு சில கலர்களில் வந்தாலும் புல்லட் ஓட்டுபவரைக் கேட்டுப் பாருங்கள். கருப்புதான் எனக்குப் பிடித்த கலரு என்று பாடிக்கொண்டே ஓட்டுவார்.

ஆனால், பெண்கள் பொருள் பிரிவுகளில், பிராண்டுகளில் கருப்பு கலரை அதிகம் பார்க்க முடியாது. 'கீதாஞ்சலி' என்ற வைரம் சம்பந்தப்பட்ட பிராண்ட் ஒன்று கருப்பு கலர் உபயோகித்ததாக ஞாபகம். அந்த பிராண்ட் பிறகு என்ன ஆனது என்று சரியாய் ஞாபகமில்லை!

அதனாலேயே நம் பொருள் பிரிவுக்கேற்ப கலரைத் தேர்ந்தெடுப்பது அவசியம். இது உங்களைவிடத் தேர்ந்த டிசைனர்களுக்குத்தான் தெளிவாகத் தெரியும்.

நீங்கள் விற்பது பால் எனில் வெள்ளை, நீலம் போன்ற லைட் கலர்களைப் பயன்படுத்தவேண்டும். இல்லை, எனக்கு கருஞ்சிவப்பு கலர்தான் ராசி, அந்தக் கலரில்தான் என் பிராண்ட் இருக்கவேண்டும் என்று அடம் பிடித்தால் பிராண்டுக்கே பால் ஊற்றவேண்டிவரும்.

ஒவ்வொரு பொருள் பிரிவுக்கும் என்று சில பிரத்யேக கலர்கள் இருக்கின்றன. இதை உணர்ந்து கலர்களை டிசைன் செய்வது உசிதம்.

அதற்காகப் பொருள் பிரிவில் புதிய பிராண்டோடு நுழையும்போது உங்கள் பிராண்டுக்கு மற்ற போட்டியாளர்கள் உபயோகிக்கும் கலரையே தரவேண்டும் என்ற அவசியமில்லை. சொல்லப் போனால் உங்கள் பிராண்ட் பொருள் பிரிவுக்கேற்ற ஆனால் அதுவரை அடுத்தவர் உபயோகிக்காத புதிய கலரை தருவது பெட்டர். அப்பொழுதுதான்

உங்கள் பிராண்ட் வித்தியாசமாய் தெரியும். பார்ப்பவர் கண்ணில் பளிச்சென்று படும்.

நம்மூரில் நகை கடைகள் பலவும் ஏனோ சிவப்பு கலரை மட்டுமே கட்டிக்கொண்டு அழுகின்றன. அதனாலேயே ராமநாதபுர மாவட்டம் முழுவதும் பரவியிருக்கும் 'எவரெஸ்ட் ஜுவல்லரி' என்ற பிராண்ட் பெண்களுக்கு பிடித்த சாக்லெட் கலரில் தன் பிராண்ட் லோகோவை அழகாக வடிவமைத்தது. வித்தியாசமாகத் தெரிகிறது. வெற்றகரமாகத் திகழ்கிறது!

பொதுவாகவே ஆண்களும் பெண்களும் கலர்களை வெவ்வேறாகப் பார்க்கின்றனர். ஆண்களைவிடப் பெண்களுக்கு கலர் அறிவு அசாத்தியத்துக்கு அதிகம். கலர்களுக்குள் உள்ள நுண்ணிய வித்தியாசங் களைக்கூடப் பெண்களால் இனம் காண முடியும். ஆண்களுக்கு மிஞ்சிப் போனால் ஆறேழு கலர்களுக்கு மேல் வித்தியாசம் தெரியாது!

அதே போல் ஆண்களுக்கு பளிச்சென்றிருக்கும் கலர்கள் பிடிக்கும். இன்னும் சொல்லப் போனால் பளாரென்று அடிக்கும் கலர்கள்தான் ஆண்களின் ஃபேவரட். பெண்களுக்கு சாஃப்ட் கலர்கள்தான் பிடிக்கும். ஊதா கலரு தானே சார் ரிப்பன்!

பிராண்டின் ஆளுமைக்கும் (Brand Personality) கலருக்கும் ரத்த சம்பந்தமே உண்டு என்று பல ஆய்வுகள் விளக்கியிருக்கின்றன. உதாரணத்துக்கு பாங்க், ம்யூச்சுவல் ஃபண்ட், ஆயுள் காப்பிடு போன்ற பொருள் பிரிவுகள் ஆண்மைத்தனம் மிகுந்தவை. அதனால் இந்தப் பொருள் பிரிவு பிராண்டுகளுக்கு ஆண்மைத்தனமான கலர் தருவதே சரி.

நீலம் ஒரு ஆண்மையான கலர். இதை கார்ப்பரேட் கலர் என்றும் கூறுவார்கள். அதனாலேயே பல பாங்குகள் நீல நிறத்தைத் தன் பிராண்ட் கலராக உபயோகிப்பதைப் பார்த்திருப்பீர்கள்.

இருந்தும் சில பாங்குகள் இதை உணராமல் பிங்க், ஊதா போன்ற கலர்களைத் தங்கள் பிராண்ட் கலராக உபயோகித்து வருகின்றன. இது தப்பாட்டம். கலரை மாற்றினால் அவர்களுக்குப் புண்ணியமாகப் போகும்.

பிராண்டுக்கு ஒரு கலரைத் தந்த பின் அதை நினைத்தபோதெல்லாம் மாற்றிக் கொண்டிருக்கக்கூடாது. பொதுவாகவே கலர் சாஸ்வத மானவையாக இருப்பது நலம். அதனால்தான் அதை 'பிராண்ட் கலர்ஸ்' என்கிறார்கள். பெட்டிக் கடை போர்ட் சிவப்பு நிறத்தில் இருந்தால் பார்க்காமலே கூறலாமே அதில் 'கோகோ கோலா' என்று எழுதியிருக்கிறது என்று. காலகாலமாய் கோகோ கோலா சிவப்பு கலரைப் பயன்படுத்துவதால்தானே இது சாத்தியப்படுகிறது.

கலர் பற்றி இங்கு சொன்னதெல்லாம் கலரில் இத்தனை சூட்சமமும், சைக்காலஜியும் இருக்கிறது என்று உணர்த்துவதற்கு மட்டுமே. இவ்வளவுதானா கலர் மேட்டர், இனிமே ஒழுங்கா டிசைன் செய்கிறேன் என்று வேதாளமாய் மீண்டும் முருங்கை மரம் ஏறி டிசைனரோடு உட்கார்ந்து கலர் விளையாட்டு விளையாடாதீர்கள்.

முதல் காரியமாக லோகோ, விளம்பரம் போன்றவற்றை நீங்களே டிசைன் செய்வதை நிறுத்துங்கள். அப்படி டிசைன் செய்யும் ஆசை இருந்தால் கிரெயான்ஸ், பெயிண்டிங் புக் வாங்கிக் கொண்டு ஆபீஸ் ரூமில் கதவைச் சாத்திக்கொண்டு உட்கார்ந்து நாள் முழுவதும் சகட்டுமேனிக்கு வரைந்து தள்ளுங்கள். உங்களை யார் கேட்கப் போகிறார்கள். நீங்கள் வரைந்ததைத்தான் யார் பார்க்கப் போகிறார்கள்?

உங்கள் லோகோ, பாக்கிங், விளம்பரங்கள் போன்றவற்றை வாடிக்கை யாளர்கள் பார்க்கவேண்டும். பிராண்ட் பற்றிய செய்தியை அவை கூறவேண்டும். உங்கள் பிராண்டை மக்கள் வாங்கவேண்டும். அந்த ஆசையெல்லாம் கொஞ்சமேனும் இருந்தால் லோகோ, பாக்கிங் மற்றும் விளம்பரங்களை நீங்களே டிசைன் செய்யாதீர்கள்.

வல்லுனர்களிடம் அந்த வேலையைக் கொடுங்கள். கொடுத்துவிட்டு கூடவே உட்கார்ந்து இந்த கலரைப் போடு, அந்த கலர் வேண்டாம் என்று அவர் கழுத்தை அறுக்காதீர்கள். உங்கள் பிராண்டின் தன்மை, பொசிஷனிங், பர்சனாலிடி போன்றவற்றை விளக்குங்கள். இதற்கு கிரியேட்டிவ் ப்ரீஃப் (Creative Brief) என்று பெயர். அதைத் தந்து ஒழுங்கு மரியாதையாக அவருக்கு டிசைன் செய்ய நேரமும் சுதந்தரமும் கொடுங்கள். வந்த டிசைன் உங்கள் பிராண்டுக்கு ஏற்றதா என்று சீர்தூக்கிப் பார்க்கும் வேலையை மட்டும் நீங்கள் செய்தால் போதும்.

இத்தனை சொல்லியும் நானே டிசைன் செய்தால் என்ன என்று என்னைத் திருப்பிக் கேட்டால் என் பதில்: சலூன் செல்லாமல் நீங்களே முடி வெட்டிக்கொண்டால் எப்படி இருக்கும்?

- 4 -

மெட்டுகளும் மார்க்கெட்டுகளும்

இசை கேட்டால் புவி அசைந்தாடுமா என்று எனக்குத் தெரியாது. இப்போது வரும் முக்கால்வாசி இசை கேட்டால் வசைபாடத்தான் தோன்றுகிறது. ஆனால் ஒன்று தெரியும். கடைகளில் சரியான இசை கேட்டால் வாடிக்கையாளர் வசைபாடாமல், அசைந்தாடி பொருள் வாங்குவார்.

இதை நான் கூறவில்லை. கடையில் ஒலிபரப்பப்படும் இசை வாடிக்கையாளர்கள் மனதைப் பாதிக்கும்விதத்தை நாற்பது வருடங்களாக ஆராய்ந்த பல அமெரிக்க மற்றும் ஐரோப்பிய ஆய்வுகள் கூறுகின்றன.

மனித மூளையைத் தொடும் சக்தி இசைக்கு உண்டு என்கிறார்கள். குறிப்பாக மனதில் புதைந்திருக்கும் ஞாபகங்களை வெளியே கொண்டு வருவதில் இசைக்குப் பெரிய பங்கு உண்டாம். இதற்குக் காரணம் மூளையின் பல பகுதிகளை, குறிப்பாக உணர்ச்சிகளைத் தூண்டும் பகுதிகளைத் தேடிச்சென்று தொடும் சக்தி இசைக்கு மட்டுமே உண்டு என்று கண்டுபிடித்திருக்கிறார்கள். கேட்கும் இசை, உணர்வுகளைத் தூண்டி நம்மை வாழ்க்கையில் பின்னோக்கிக் கொண்டுசெல்லவும் முடியும் என்கிறார்கள் சைக்காலஜிஸ்ட்ஸ்.

சைக்காலஜிஸ்ட்ஸ் என்ன சொல்வது? நம்மில் பலருக்கே இந்த அனுபவம் இருக்கும். பல வருடங்களாகக்

கேட்காமல் இருந்த இசையைத் திடீரென்று ஒரு நாள் கேட்கும்போது அந்தப் பாடலை நாம் முதலில் கேட்ட நினைவுகள், அப்போது நம் மனதில் தோன்றிய உணர்வுகள் சட்டென்று ஞாபகத்துக்கு வருவதை எத்தனை முறை நாமே உணர்ந்திருப்போம்.

இசையும் பிராண்டிங்கும் ரத்த சமபந்தம் கொண்டவை. விளம்பரத்தில் நல்ல இசை இருந்தால் அது பார்ப்பவர் மனதில் நேர்மறையான உணர்வுகளை உருவாக்கி அவர்களையும் அறியாமல் அவர்கள் மனதில் மகிழ்ச்சி பொங்கச் செய்யும் ஆற்றல் பெற்றது. பிராண்டை மக்கள் மனதில் ஸ்ட்ராங்காய் கட்டடம் எழுப்ப அடித்தளம் அமைத்துக் கொடுக்க முடியும் இசையால்.

'லைஃப்பாய் எவ்விடமோ ஆரோக்கியம் அவ்விடமே' என்ற வரிகளைப் படிக்கும்போதே பழைய ஞாபகங்கள் வந்திருக்குமே.

'வாஷிங் பவுடர்' என்று நான் ஆரம்பித்தாலே 'நிர்மா' என்று சேர்ந்து என்கூட எசப்பாட்டு பாடத் தோன்றுமே!

இதனால்தான் இசைக்கு பிராண்டை ஞாபகப்படுத்தும் திறன் உண்டு என்கிறார்கள் சைக்காலஜிஸ்ட்ஸ். எத்தனையோ பழைய பிராண்டுகளை நாம் மறந்திருக்கலாம். ஆனால், அதன் இசை இன்னமும் நம் ஞாபகங்களில் பசுமையாக இருக்கின்றன. அந்த இசையை மீண்டும் ஒரு முறை கேட்டால் போதும் பிராண்ட் மீண்டும் நினைவுக்கு வருவதுடன் பிராண்டின் தன்மை, பயன் அனைத்தும் நினைவுக்கு வருவதை நீங்கள் உணரலாம்.

'ஸோனா ஸோனா ஆஹா ரெக்ஸோனா' என்ற ரெக்ஸோனா சோப் விளம்பரம் ஞாபகம் வருகிறதா?

'வெள்ளிக்கிழமை மங்களம் தங்க, மனம் மகிழ உடலும் குளிர மீரா சீயக்காய் பவுடர் கொண்டே நீராடு' என்ற பாடலைக் கேட்கும்போது அந்த விளம்பரத்தில் அம்மாவுக்கும் மகளுக்கும் உள்ள பாசமும் அதோடு மீரா பிராண்டும் மனதில் வந்து குளித்துவிட்டுப் போகிறதா!

இசையோடு இசையின் சூழலும் மிக முக்கியம். இதை விளக்கும் சுவாரசியமான ஆய்வு ஒன்று வாஷிங்டன் நகரில் நடந்தது. ஜோஷ்வா பெல் என்பவர் உலகப் புகழ் பெற்ற வயலின் வித்தகர். அவர் ரயில்வே ஸ்டேஷன் அருகில் ரோட்டில் ஒரு நாள் மாலை நேரம் தனியாய் நின்றுகொண்டு நாற்பத்து ஐந்து நிமிடங்கள் வாசித்தார். யாரோ வாசிக்கிறார் என்று போவோர் வருவோர் ஒரு பத்து பேர் நின்று அவர் வாசிப்பதைக் கேட்டுவிட்டுப் போனார்கள். அதில் சிலர் சில்லறை போட்டும் சென்றார்கள். சேர்ந்த தொகை முப்பத்தி இரண்டு டாலர்கள்.

இதே ஜோஷ்வா முந்தின தினம் ஒரு பிரபல அரங்கத்தில் வாசித்தார். அரங்கில் உட்கார இடமில்லாமல் நின்றுகொண்டு கேட்டார்களாம் ஆயிரக்கணக்கான ரசிகர்கள். அதுவும் ஆளாளுக்கு நூறு டாலருக்கும் மேலாக டிக்கெட்டுக்குக் கொடுத்து!

இன்னார் என்று தெரிந்தோ தெரியாமலோ இசைக்கும் போதும், எங்கு வாசிக்கிறோம் என்பதைக் கொண்டும்தான் இசைக்கு மதிப்பு என்பதையும் நினைவில் கொள்வது நல்லது.

பல கடைகள் பின்னணியாக இசையை ஒலிபரப்புவதைக் கேட்டிருப்பீர்கள். பலர் அதிலுள்ள சைக்காலஜி புரியாமல் ஏனோ தானோ என்று கையில் கிடைத்த கேசட்டையோ சீடியையோ ஒலிபரப்புகிறார்கள்.

ஒலிபரப்பப்படும் இசையின் ஒலி அளவு, டெம்போ, இசையின் தன்மை ஆகியவை கடையில் வாடிக்கையாளர் செலவழிக்கும் நேரத்தை, பிராண்டுகளைப் பார்க்கும் கோணத்தை, வாங்கும் அளவை நிர்ணயிக் கின்றன என்கிறார்கள் ஆய்வாளர்கள். உலகின் பல இடங்களில் பல ஆய்வுகளுக்கு பின் அவர்கள் கூறும் முக்கிய கண்டுபிடிப்புகளை இசைப்போம்.

இசையின் ஒலி அளவு

ஒலிபரப்பப்படும் இசையின் அளவு அதிகமாக இருந்தால் வாடிக்கை யாளர்கள் தங்களை அறியாமல் கடையில் குறைந்த நேரமே செலவழிக் கிறார்களாம். சத்தம் தாங்காமல் விட்டால் போதும் என்று வாடிக்கை யாளர்கள் காதை பொத்திக் கடையிலிருந்து ஓடுகிறார்களாம். இளைஞர்கள் மட்டுமே அந்தக் காட்டுச் சத்தத்தைப் பொறுத்துக் கொண்டு ஷாப்பிங் செய்கிறார்கள் என்றும் கண்டுபிடித்திருக்கிறார்கள்.

நம்மூர் கடைகள் பல இப்படிதான் இசையைக் கடை முழுவதும் அலற விடுகின்றன. கடைக்கு வந்தவர்களை அசிங்கமாய்த் திட்டி, கழுத்தைப் பிடித்து வெளியே தள்ளுவதற்கு ஈடானது இது. மெதுவாக, பதமாக, அமைதியாகப் பின்னணியில் இசை ஒலிபரப்பப்படும்போது வாடிக்கையாளர் கடையில் செலவழிக்கும் நேரம் அதிகரிக்கிறது. கடையில் அதிக நேரம் செலவழிக்கும்போது வாங்கும் அளவும் அதிகரிக்கின்றன என்றும் ஆய்வுகள் கூறுகின்றன.

இதில் ஒரு வேடிக்கையான விஷயம் உண்டு. சூப்பர்மார்க்கெட்டில் பின்னணி இசையின் அளவு அதிகமிருந்தால் வாடிக்கையாளர்கள் கடகடவென்று ஷாப்பிங்கை முடித்து கிளம்புகிறார்களாம். ஆனால் அவர்கள் கடையில் வாங்கும் அளவும் செலவழிக்கும் பணமும் குறைவதில்லை என்பதையும் கண்டுபிடித்திருக்கிறார்கள். வாங்க வந்ததை விரைவில் வாங்கிக் கடையிலிருந்து எஸ்கேப் ஆகிறார்களாம்.

டீ கடைகள் இசையைக் காட்டுத்தனமாக அலறவிடுவதைக் கேட்டிருப்பீர்கள். வெறும் ஒரு டீயை வாங்கி வெட்டியாய், வக்கணையாய் உட்கார்ந்து வியாபாரத்தைக் கெடுக்காதே என்று வந்தவர்களை விரட்ட டீ கடைகள் பயன்படுத்தும் விவகாரமான டெக்னிக் இது!

நம்மூரில் இன்னொரு கன்றாவியும் நடக்கும். ஏதோ அலறவிட்டுத் தொலைக்கிறார்கள், ஒழிந்து போகிறதென்று பார்த்தால் சில கடைகள் ஹிந்தி பாடல்களை பாம்பே பாலிவுட்டுக்கே கேட்கும் அளவுக்குக் காட்டுத்தனமாக அலறவிடுவார்கள். அது போன்ற சமயங்களில் அக்கடைகளில் நிற்கும்போது நமக்கு அசாத்திய எரிச்சல் வருகிறதா இல்லையா. அந்தக் கடைகளில் எப்படி புரியாத சத்தத்தைப் பொறுத்துக் கொண்டு பொருள் வாங்கத் தோன்றும்? மீண்டும் அதே கடைகளுக்குத் தான் எப்படி போகத் தோன்றும்?

இசையின் டெம்போ

ஒலிபரப்பப்படும் இசையின் டெம்போ வாடிக்கையாளர் கடையில் செலவழிக்கும் நேரத்தை நிர்ணயிக்கும் என்கிறார்கள். பின்னணியில் குத்துப் பாட்டு போட்டால் குதித்து ஓடி வாங்கும் வாடிக்கையாளர் டெம்போ குறைவான இசையை ஒலிபரப்பினால் ஆற அமர ஆடிக்கொண்டே மெதுவாக ஷாப்பிங் செய்கிறாராம்.

மெதுவாக ஷாப்பிங் செய்வதனால் என்ன பயன்? மெதுவாக ஷாப்பிங் செய்யும் வாடிக்கையாளர்கள் அதிகம் வாங்குகிறார்கள் என்பதை ஏற்கனவே பார்த்தோம். மெதுவாய் ஷாப்பிங் செய்யும்போது ஒவ்வொரு பொருளையும் பிராண்டையும் பார்த்து, எடுத்து, படிப்பதால் வாங்கக்கூடிய சாத்தியக்கூறு அதிகமாகிறது.

சூப்பர்மார்க்கெட்டில் பரவாயில்லை. டெம்போ அதிகமுள்ள இசையையோ குத்துப் பாட்டையோ போட்டால் ஏதோ வந்து விட்டோம், டக்கென்று வாங்கிக் கிளம்புவோம் என்று வந்தவர்கள் வாங்கிச் செல்வார்கள்.

நின்று, ஆற அமரப் பார்த்து, மெதுவாய் வாங்கும் கடைகளான ஜவுளி கடை, நகைக்கடைகளில் டெம்போ அதிகமான இசையை ஒலிபரப்பினால் உருப்பட்டா மாதிரிதான். கம்மல் வாங்க நகைக் கடையில் நிற்கும் பெண்ணின் காது ஜவ்வு கிழிய, டெம்போ கூட்டிப் பாட்டுப் போடுவதற்குப் பதில் கடை வாசலில் 'கடைக்குள் அத்துமீறி யாரும் பிரவேசிக்கக்கூடாது' என்று போர்டு வைத்துவிடலாம்!

இசையின் வகைமை (Genre)

இசையின் வகைமை ஷாப்பிங்கைப் பாதிக்கும் மற்றொரு முக்கியமான விஷயம். ஒலிபரப்பும் இசை அமைதியானதாக இருக்கும் பட்சத்தில் வாடிக்கையாளர்கள் தங்களையும் அறியாமல் மெதுவாக ஷாப்பிங் செய்கிறார்கள். அவர்கள் மனமும் எண்ணங்களும் சாந்தமாகி அதிகம் வாங்குகிறார்கள் என்கிறார்கள் ஆய்வாளர்கள்.

பாடல்களுக்குப் பதில் காதையும், மனதையும் அதிகம் நெருடாத இன்ஸ்ட்ருமெண்டல் இசை (Instrumental music) இன்னமும் பெட்டர் என்று கண்டுபிடித்திருக்கிறார்கள். அதாவது பாடல் இல்லாமல் இசைக்கருவிகள் மட்டும் கொண்டு இசைக்கப்படும் இசை. மொழியைத் தாண்டிப் புரிந்துகொள்ள எளிதாக இருக்கும் இவ்வகை இசை மனதைக் கவரக் கூடியது.

புத்தகக் கடைகள், ஷாப்பிங் மால்கள் சிலவற்றில் 'இசைஞானி இளையராஜா'வின் இன்ஸ்ட்ருமெண்டல் ஹிட்ஸ் ஒலிபரப்பப் படுவதைக் கேட்டிருப்பீர்கள். எண்ணங்களை நெருடாத, அமைதியான இசையில் மனம் லயித்து, மனம் சந்தோஷமாய் ஷாப்பிங் செய்வதை உணர்ந்திருப்பீர்கள். இதற்காகவாவது ஒரு எட்டு அந்தக் கடைகளுக்குச் சென்று பாருங்கள். உணர்வீர்கள்.

ஒலிபரப்பும் இசையின் வகைமை வாடிக்கையாளர்கள் பொருட்களைப் பார்க்கும் விதத்தையும் பாதிக்கிறது என்கிறார்கள். மேற்கத்திய நாடுகளில் வைன், ஷாம்பேய்ன் போன்ற விலையுயர்ந்த சரக்குகளை விற்கும் கடைகளில் கிளாசிக்கல் இசையை ஒலிபரப்பும்போது ஐடங்கள் ஜோராய் விற்கிறதாம்.

இதேபோல் நம்மூர் புடவை கடைகள் கல்யாண கூரை பட்டு புடவை விற்கும் செக்ஷனில் நம் பாரம்பரிய இசையை பின்னணியில் ஒலிபரப்பிப் பார்க்கலாம். கண்டிப்பாய் பயன் தரும்.

ஷாப்பிங் மட்டுமல்ல, சாப்பிடும் போதும்

இசையின் தாக்கம் கடைகளில் மட்டுமே என்று நினைக்காதீர்கள். ரெஸ்டாரண்ட், பார் செல்பவர்களையும் பாதிக்கும் சக்தி இசைக்கு உண்டு என்று ஆய்வுகள் கூறுகின்றன. ஆற அமர ஆறு நாள் இருந்து சாப்பிடும் செளகரியமுள்ள டைன் இன் ரெஸ்டாரண்டுகளில் அமைதியான இசையைப் பின்னணியில் ஒலிபரப்பினால் பில் தொகை கூடும் என்று கண்டுபிடித்திருக்கிறார்கள்.

அப்படியென்றால் வருகிறவர்கள் அதிகம் தின்கிறார்களா?

இல்லை. சரக்கும் சேர்த்து விற்கும் ரெஸ்டாரண்டுகளில் தின்பதற்கு முன் கொஞ்சம் அதிகமாகவே குடித்துவிட்டு சாப்பிடத் தோன்றுகிறதாம். அதன் பின் வயிற்றுக்கும் ஈவதால் பில் வேல்யூ கூடுகிறது. அதுவும் பின்னணியில் அமைதியான இசையாய் இருந்துவிட்டால் இன்னமும் விசேஷம். விலை உயர்ந்த சீமைச் சரக்கை விரும்பி ஆர்டர் செய்து குடிப்பார்களாம். பலரும் குடித்திருப்பதால் தானே ஆய்வாளர்கள் ஸ்டெடியாய் சொல்கிறார்கள். கேட்டு வைப்போம்.

நம்மூர் ஃபை ஸ்டார் ஹோட்டலில் உள்ள ரெஸ்டாரண்டுகள் இந்த டெக்னிக்கை அதிகம் பயன்படுத்துவதை அங்கு சென்றவர்கள் பார்த்திருக்கலாம். அந்த ஹோட்டல்கள் ஜோராக கல்லா கட்டுவதாகவும் கேள்வி.

கடைகள், சூப்பர்மார்க்கெட், ரெஸ்டாரண்டுகளை விடுங்கள், பொது வாகவே மனித மனதைப் பாதிக்கும் சக்தி இசைக்கு உண்டு. அமைதி யான இசை கேட்கும்போது மனம் சாந்தமடைகிறது. உணர்வுகள் புதுப்பிக்கப்படுகின்றன. தீய எண்ணங்கள் மறைகின்றன என்று ஆய்வுகள் கூறுகின்றன. கெடுதல் செய்யவேண்டும் என்ற உணர்வு பெருமளவு குறைந்துவிடுகிறதாம். ஜெர்மனியில் இரவில் திருட்டு அதிகம் நடந்துகொண்டிருந்த தெருக்களில் கிளாசிக்கல் இசை ஒலிபரப் பப்பட்டபோது அந்தத் தெருக்களில் திருட்டு பெருமளவு குறைந்து விட்டதாம்.

என் வீட்டுக்கு அருகில் இருக்கும் காலனியில் இரவில் திருட்டு அதிகம். காலனி செக்ரட்டரியிடம் ஜெர்மனி ஆய்வு பற்றி விளக்கி இரவில் சீடி ப்ளேயரில் மெல்லிய இசையை ஒலிபரப்புங்கள் என்றேன். அவரும் அதுபோலவே செய்தார்.

அடுத்த நாள் வாக்கிங் போகும்போது அவரைப் பார்த்தேன். 'எப்படி சார் என் ஐடியா' என்று பெருமையாய் கேட்டேன்.

'சீடி ப்ளேயர் திருட்டு போயிடுச்சு சார்' என்றார்!

5

ஐம்புலன்களும் பிராண்டிங்கும்

அஞ்சும் அடக்குஅடக் கென்பர் அறிவிலார்,
அஞ்சும் அடக்கும் அமரரும் அங்கில்லை
அஞ்சும் அடக்கில் அசேதனமாம் என்றிட்டு
அஞ்சும் அடக்கா அறிவறிந் தேனே

(திருமந்திரம் - 2033)

ஐம்புலன்களை அடக்க நினைப்பவர்களை திருமூலர் இப்படி விமர்சிக்கிறார். தன்னுடைய தமிழில் அவர் கூறியதை நம்முடைய தமிழில் புரிந்துகொள்வோம்.

ஐம்புலன்களை அடக்கு என்பவர்கள் அறிவில்லாதவர்கள்

ஐம்புலன்களை அடக்கியவர்கள் தேவலோகத்தில்கூட இல்லை

ஐம்புலன்களை அடக்கினால் மதிகெட்டுப் போகும்

அவற்றை அடக்காது நெறிப்படுத்தும் அறிவை அறிந்தேன்

பிசினஸ் புத்தகத்தில் மந்திரமா என்று மலைக்க வேண்டாம். சைக்காலஜி தொகுப்பில் தத்துவமா என்று தவிக்கவேண்டாம். ஐம்புலன்கள் பற்றிய ஐடம் எதற்கு இங்கு என்ற ஐயம் வேண்டாம். திருமூலரா என்று திருதிருவென்று முழிக்கவும் வேண்டாம்.

மக்களின் ஐம்புலன்களை பிராண்டால் மயக்கும் வித்தையை விவரிக்கவே இந்த அத்தியாயம். பிராண்டிங்கின் புதிய பரிமாணத்தைப் புரிந்துகொள்ளவே இந்த வழிமுறை.

போட்டியாளர்கள் மத்தியில் பிராண்டைத் தனித்துவமாகத் தெரியவைக்கத் தகிடுதத்தம் போடவேண்டியிருக்கிறது. என்னதான் தரமாகத் தயாரித்தாலும், பர்ஃபெக்ட்டாக பேக்கிங் செய்தாலும் போதவில்லை. குலதெய்வத்துக்குக் கிடா வெட்டி பொங்கல் படைக்கிறேன் என்று வேண்டிக்கொண்டாலும் பத்தவில்லை.

சரி, வேறு வழி உண்டா விற்பனை பொங்க வைக்க? வாடிக்கை யாளர்களை நம்மிடமே தங்க வைக்க?

கூட்ட நெரிசலில் முந்தி முன்னேற ஒரு வழி இருக்கிறது. வாடிக்கை யாளருக்கு முழு சென்சரி இமோஷனல் அனுபவத்தை (Sensory Emotional Experience) கொடுப்பதே அது என்கிறார் மார்டின் லிண்ட்ஸ்ட்ராம். அதற்கு வாடிக்கையாளரின் ஐம்புலன்களையும் மயக்குங்கள் என்கிறார் 'பிராண்ட் சென்ஸ்' (Brand Sense) என்ற தன் புத்தகத்தில்.

பார்த்தல், கேட்டல், சுவைத்தல், மணத்தல், உணர்தல் என்று ஐம்புலன் களைக் கொண்டு உலகை உணர்கிறோம். ஒன்றும் வேண்டாம். சாதாரண டிகிரி காபி. இதற்கு அடிமையாய்க் கிடக்கிறோம், அது நம் ஐம்புலன்களையும் அரவணைப்பதால்.

நினைத்துப் பாருங்கள். நம்மை அடையும் முன்பே காபியின் கமகம வாசனை நம் நாசிகளை நடனமாடச் செய்கிறது. டபராவின் சூடு கையில் பதமாய் இதமளிக்கிறது. காபியின் பிரத்யேக கலரோடு வெள்ளை நுரை கண்களுக்கு குதூகலமூட்டுகிறது. காபியை ஆற்றும் சத்தம் இளையராஜாவின் மெலடியாய் காதுகளில் ரீங்கரிக்கிறது. இத்தனையும் செய்து முத்தாய்ப்பாய் டிகிரி காபி நாக்கை நனைத்துத் தொண்டை வழியே மடை திறந்த காவேரியாய் இறங்கும் போதுதான் நமக்குப் பொழுது விடிகிறது, தூக்கம் கலைகிறது, ஜென்மமே சாபல்யம் அடைகிறது!

சாதாரண காபி நம் ஐம்புலன்களை அரவணைத்து ஆராதிக்கும்போது பல கோடிகள் புழங்கும் பிராண்டுகள் மக்களின் ஐம்புலன்களை அவாய்ட் செய்து ஒன்றிரண்டு புலன்களை மட்டுமே குறி வைப்பது குறை தானே!

பிராண்டை வாங்கும்போதும் நம்மை அறியாமல் ஐம்புலன்களை உபயோகிக்கிறோம். புத்தகம் அறிவுக்கென்றாலும் அதன் பக்கங்களை முகரும் போதுதான் புதியது என்றே படுகிறது. செவிக்கும் கண்ணுக்கும் விருந்தளிக்க தியேட்டர் என்றாலும் பாப்கார்ன் வாசனையை நுகரும்

போதுதான் தியேட்டர் எஃபெக்ட் கிடைக்கிறது. கலர் பார்த்துச் சட்டையைத் தேர்ந்தெடுத்தாலும் அதன் சுகமான ஸ்பரிசம் உடம்பில் படும்போதுதான் புதுச் சட்டை போட்ட திருப்தி ஏற்படுகிறது.

ஆனாலும் பல பிராண்டுகள் ஐம்புலன்களில் ஒன்றிரண்டை மட்டுமே மயக்குகின்றன. ஐம்புலன்களையும் திருப்தி செய்யும் வகையில் பிராண்டுகளை வடிவமைத்தால் அதன் தாக்கம் அதிகமாக இருக்கும் என்கிறார் லிண்ட்ஸ்ட்ராம்.

'பழமுதிர்சோலை' கடை வாசலில் நிற்கிறீர்கள். காலைப் பனித்துளி நனைத்த அழகான ஆப்பிள் படம் கண்ணில்படுகிறது. அது உங்களைக் கூர்ந்து பார்க்க வைக்கிறது. அதன் ஃப்ரெஷ் வாசனை நாசிகளை வசீகரிக்கிறது. ஆப்பில் நறுக்கப்படும் சத்தம் ஆப்பிளின் ஃப்ரெஷ்னெஸ்ஸை தெளிவுபடுத்துகிறது. அதைக் கையில் எடுக்கும் போது அதன் இழை நயம் சப்பு கொட்ட வைக்கிறது. நறுக்கியதைச் சுவைக்கும்போது ஐந்தாவது புலனும் மயங்கி 'ஒரு டஜன் கொடுப்பா' என்று வாங்க வைக்கிறது. ஐம்புலன்களை மயக்கி விற்கும் இந்த கலவைக்குத்தான் 'செ்ன்சரி பிராண்டிங்' (Sensory Branding) என்று பெயர்.

இதைச் சில பிராண்டுகள்தான் சிறப்பாகச் செய்கின்றன. 'ஹோண்டா' காரின் கதவை மூடும் சத்தம் அதன் சிறந்த கட்டுமானத்தைக் காட்டுவதாகப்படுகிறது. அந்தக் குறிப்பிட்ட சத்தம் கிடைக்க ஒரு மாதம் உழைத்ததாம் ஹோண்டாவின் R&D டீம்.

'கெல்லாக்ஸ்' கார்ன் ஃப்ளேக்ஸ் சாப்பிட்டிருக்கிறீர்களா? அதை வாயில் போட்டுக் கடிக்கும்போது கரக்கென்று கேட்கும் சத்தம் வேறு எதைக் கடிக்கும் போதும் கேட்டிருக்காதே. அந்தச் சத்தம் பிரத்யேக மாக இருக்கவேண்டும் என்று பல ஆண்டு காலம் ஆய்வகத்தில் அலசி ஆராய்ந்து பிரித்து மேய்ந்து தேடிப் பிடித்ததாம். பிராண்ட் பெயர், லோகோ போன்றவையோடு அந்த பிரத்யேக சத்தத்தையும் ரிஜிஸ்டர் செய்து வைத்திருக்கிறது கெல்லாக்ஸ்!

'கார் வாங்கிய புதிதில் ஒரு வாசனை இருந்தது பாருங்கள், ஆஹா' என்று கார் வாங்கியவர்கள் சிலாகிப்பார்கள். புதிய கார் வாசனை என்று ஏதும் தனியாக இல்லை. வாடிக்கையாளர்களின் மூக்கை மயக்க மார்க்கெட்டர்கள் பிரயோகிக்கும் இன்னொரு அஸ்திரம், மற்றுமொரு வாசனை அது.

டாய்லெட் சுத்தமாக இருக்கிறது என்பதைப் பார்த்துத் தெரிவதைவிட நுகர்ந்து தெரிந்து கொள்ளத்தான் 'டெட்டால்' விசேஷ வாசனை கொண்டு தயாரிக்கப்படுகிறது.

சுவைக்க உணவு என்றாலும் ஸ்டார் ஹோட்டல்கள் சமைத்த உணவைக் கண்களுக்கு அழகாகத் தெரியும் வகையில் டிரெஸ்ஸிங் செய்தால்தான் சாப்பிடுபவர்களுக்குப் பிடிக்கிறது.

எல்லா பிராண்டுகளையும் ஐம்புலன்களைக் கவரும்படி வடிவமைக்க முடியாதுதான். ஆனால் எத்தனை புலன்களை அடையமுடியும் என்று 'புலன் விசாரணை' செய்யும் போலீஸ்காரராக ஆராய்ந்து அதன்படி பிராண்டை வடிவமைத்தால் மக்களை மயக்கி நம் பிராண்டை வாங்கவைப்பது எளிதாகும்.

இதை பிராக்டிகலாகப் பண்ணமுடியுமா, பயன்படுமா என்று பயப்படு பவரா நீங்கள். ஏறுங்கள் 'சிங்கப்பூர் ஏர்லைன்ஸ்' விமானத்தில். உங்களுக்குத் தெளிவாக விளக்குகிறேன்.

பல ஏர்லைன்ஸ் குறைந்த விலை, சொகுசு சீட், சுவையான உணவு தந்தால் போதும், பயணிகள் கியூ கட்டுவார்கள் என்று நினைக் கின்றனர். சிங்கப்பூர் ஏர்லைன்ஸ் மட்டும் பயணிகளுக்கு முழு சென்சரி அனுபவத்தை அளிக்கவேண்டும் என்று முடிவு செய்தது.

ப்ளேன்களின் இண்டீரியர் டிசைனுக்கேற்ப உயர்தரப் பட்டுத் துணியில் பணிப்பெண்களுக்கு யூனிஃபார்ம் தரப்படுகிறது. யூனிஃபார்ம் ஒரே சைஸ்தான். அதற்குள் ஃபிட் ஆகும் பெண்கள் மட்டுமே செலக்ட் செய்யப்படுகிறார்கள். விமான கலர்களுக்கேற்ப பணிப்பெண்களுக்கு இரண்டு வித முகச்சாயக் கலர்கள் மட்டுமே தரப்படுகிறது. அதை மட்டுமே பயன்படுத்தவேண்டும் என்று கூறப்படுகிறது.

தங்கள் விளம்பரங்களில் காட்டப்படும் அழகான பெண்களுக்கு ஈடாக மட்டுமே பணிப்பெண்கள் தேர்ந்தெடுக்கப்படுகின்றனர். விமானப் பயணத்தின்போது காப்டனும் பணிப்பெண்களும் எப்படி பேச வேண்டும், என்ன பேசவேண்டும் என்பது விளம்பர நிபுணர்கள் மூலம் எழுதியே தரப்படுகிறது.

'ஸ்டெஃபான் ஃப்ளோரிடியன் வாட்டர்ஸ்'. எதோ அசிங்கமாகத் திட்டுவது போலிருக்கும் இது சிங்கப்பூர் ஏர்லைன்ஸ் விமானங்களுக் கென்று பிரத்யேகமாக தயாரிக்கப்படும் வாசனையின் பெயர். பணிப் பெண்கள் பெர்ஃப்யூம் முதல் தரப்படும் துண்டுவரை இந்த வாசனையால் நனைக்கிறார்கள். விமானம் முழுவதும் இந்த வாசனைதான்.

இதுபோல் பயணிகளின் ஐம்புலன்களும் மயக்கப்படுவதால்தான் சிங்கப்பூர் ஏர்லைன்ஸில் பயணிப்பவர்களுக்கு அந்த அனுபவம் பிரத்யேகமாகப்படுகிறது. மற்ற விமானங்களில் ஏறும்போது இந்த அனுபவம் இல்லாதது பெரிய குறையாய்த் தெரிகிறது. 'எனக்கு சிங்கப்பூர் ஏர்லைன்ஸ்தான் சரிப்படும்' என்று கூறி அதற்குத் தாவிவிடுகிறார்கள்.

ஐம்புலன்களையும் வசீகரிப்பதால்தான் உலகின் தலைசிறந்த ஏர்லைன்ஸ் என்று 'சிங்கப்பூர் ஏர்லைன்ஸ்' போற்றப்படுகிறது. ப்ளேனை விட கம்பெனியின் வருவாயும் லாபமும் அதற்கு மேல் பறக்கிறது!

முழுமையான செென்சரி பிராண்டிங் உத்தி அமைக்கச் சில படிகள் உண்டு. முதலில், பிராண்டின் பொசிஷனிங்கை வரையறுத்துக் கொள்ளுங்கள். அதற்கேற்றபடிதான் ஐந்து புலன்களையும் மயக்கும் மேட்டர்களைச் செய்யவேண்டும். செய்ய முடியும். பிறகு வாடிக்கை யாளருக்கும் உங்கள் பிராண்டுக்கும் எங்கு எல்லாம் தொடர்பு ஏற்படுகிறது என்று ஒரு லிஸ்ட் போடுங்கள். அதாவது வாடிக்கையாளரும் உங்கள் பிராண்டும் சந்திக்கும் தருணங்கள் எவை என்று கணக்கிடுங்கள். இவ்வகைத் தருணங்களை Consumer Touch Points என்பார்கள்.

அப்படி பிராண்டும் வாடிக்கையாளரும் சந்திக்கும் தருணங்களில் எந்தத் தருணத்தில் எந்தப் புலனை பிராண்ட் குறிப்பாக மயக்கவேண்டும் என்பதைப் புரிந்துகொள்ளுங்கள். அதற்கேற்ப உங்கள் கைவரிசையைக் காட்டுங்கள். சந்தேகம் இருந்தால் சிங்கப்பூர் ஏர்லைன்ஸ் ஏறி ஒரு சுற்று சுற்றி விட்டு வாருங்கள். புரியும்!

1+1=2 என்பது பழைய கணக்கு. பிராண்டால் ஐம்புலன்களையும் கவர்ந்தால் 1+1+1+1+1= 100! இதுவே மார்க்கெட்டிங்கின் புதிய பரிமாணம். பிராண்டிங்கின் புதிய பரிணாமம்.

ஒரு காலத்தில் பிராண்டைச் சரியாக உருவாக்கி, பெரியதாக விளம்பரப் படுத்தினால் போதும் தேவர் பட முதல் சீன் போல் 'வெற்றி வெற்றி' என்று கூவலாம் என்று நிலை இருந்தது. போட்டி எகிறி வரும், மாற்றங்கள் பெருகி வரும் இன்றைய மார்க்கெட்டிங் உலகில் இனிமேல் இது மட்டும் பத்தாது. அந்த முருகக் கடவுளே மலையிலிருந்து இறங்கி வந்து பிராண்டை நிர்வகித்தாலும் போதாது.

வாடிக்கையாளர் மனதைத் தொடவேண்டும். அவரோடு நீண்ட உறவு மலர உழைக்கவேண்டும். இதற்கு வாடிக்கையாளரின் அனைத்து புலன்கள் இல்லாவிட்டாலும் பெருவாரியானதை மயக்கவேண்டும். இதற்கு உங்களுக்குத் தரப்பட்டிருக்கும் ஆயுதம்தான் செென்சரி பிராண்டிங்.

அத்தியாய ஆரம்பத்தில் பார்த்த திருமூலர் மந்திரம் வாழ்க்கைக்கு. நான் தரும் இந்த பிராண்ட் மந்திரம் உங்கள் பிசினஸுக்கு!

அஞ்சும் அடக்குஅடக் கென்பர் அறிவிலார்,
அஞ்சும் அட்ஜஸ்ட் செய்தால் பிராண்டுக்குப் பயனுண்டு
அஞ்சும் கொஞ்சினால் வாடிக்கையாளர் மயங்கிடுவர்
அஞ்சும் அடக்கா அறிவெறிந் தவனே மார்க்கெட்டர்

– பிசினஸ் சைக்காலஜி : அத்தியாயம் - 5

6

தி அபிலின் பாரடாக்ஸ்

இது கற்பனைக் கதை அல்ல. அமெரிக்கா டெக்ஸஸ் மாநிலத்தில் கத்திரி வெயில் கொளுத்திய ஒரு கோடை நாளில் நடந்த உண்மைக் கதை. இதைவிடச் சுடச் சுட ஒரு கதை சொல்லமுடியாது. அத்தனை வெயில் அன்று!

டெக்ஸஸில் வெயில் கொளுத்தும். சூடு சுண்ணாம்பாக்கும். அமெரிக்கர்கள் சொல்வார்கள்: 'டெக்ஸஸ், நரகம் இரண்டு இடங்களிலும் சொந்தமாக வீடு இருந்தால், நரகத்தில் குடியிரு. டெக்ஸஸ் வீட்டை வாடகைக்கு விட்டுவிடு.

அப்பேற்பட்ட டெக்ஸஸில் கோல்மென் என்னும் ஊரில் ஜெர்ரி ஹார்வி வீட்டில் பேசிக் கொண்டிருக்கிறார். அவர் மாமனார், 'பக்கத்திலுள்ள 'அபிலின்' ஊருக்குப் போய் லன்ச் சாப்பிட்டு வரலாமே' என்கிறார்.

'இந்த வெயிலிலிலா. காரில் ஏசி இல்லை. அபிலின் 53 மைல் வேறு' என்று ஜெரிக்குக் கூற ஆசைதான். ஆனால் மாமனாருக்கு மறுபேச்சுப் பேசுவதா, அதுவும் மனைவியைப் பக்கத்தில் வைத்துக்கொண்டு.

ஜெரியின் மனைவியும், 'ஆஹா, தாராளமா போகலாமே' என்கிறார்.

ஜெரிக்கு போக இஷ்டமில்லை. அதைச் சொல்லப் பயம். 'ஏன்டி, உங்கம்மா வருகிறாரா கேள்,' என்கிறார். இந்த வெயிலில் கண்டிப்பாக மாமியார் வரமாட்டார் என்கிற தைரியத்தில்.

பாழாய் போன மாமியாரோ, 'அபிலின் போய் ரொம்ப நாளாச்சு, பேஷா போலாம்,' என்று கூற உலகமெங்கும் மாப்பிள்ளைக்கு இவ்வளவுதான் மரியாதை என்று ஜெரி காரை எடுக்கக் குடும்பமே சப்ஜாடாக அபிலின் திருத்தல யாத்திரை செல்கிறது.

கத்திரி வெயில். சுட்டெரிக்கும் சூடு. டெக்ஸஸ் பாலைவனம். ஏசி இல்லாத கார். புழுதிப் புயல் வேறு. இத்தனையும் மீறி அபிலின் போய்ச் சேர்ந்து அங்கு ஒரு தரித்திரம் பிடித்த ஹோட்டலில் அஜீரண மாத்திரைகள் எதற்கு என்று விளக்கும் சாப்பாட்டைத் திங்க முடியாமல் தின்று மீண்டும் சூட்டில், புழுதியில், ஏசி இல்லாத காரில் யாரும் பேசாத ஒரு மயான மௌனப் பயணம் செய்து திரும்புகிறார்கள்.

வீட்டுக்குத் திரும்பி யாரும் யாரோடும் பேசாமல் ஆளுக்கு ஒரு பக்கம் கோபம், வெறுப்பு, அசதி, கடுப்பு என்று நவீன நவரசங்களுடன் நவக்கிரமாக உட்கார்ந்திருக்க மாமியார் மட்டும் பொறுத்துக்கொள்ள முடியாமல் ஆரம்பிக்கிறார்.

'ஒழுங்கா வீட்டிலேயே இருந்து தொலைச்சிருக்கலாம். நாசமா போற வெயில்ல போகலன்னு எவன் அழுதான். நீங்க கூப்பிட்டங்கன்னு வந்தேன் பாரு, என்னை சொல்லணும்.'

'எல்லாரும் கூப்பிட்டங்க, என்னை ஏன் சொல்றீங்க' என்று ஜெரி கேட்க அவர் மனைவி 'நீங்களும் என் அப்பாவும்தானே வெயில்ல சாகணும்னு திட்டம் போட்டீங்க, உங்க ரெண்டு பேருக்காகத்தான் வந்து தொலைச்சேன்,' என்கிறார்.

மாமனாரோ, 'நான் சிவனேன்னு இருந்தேன். போர் அடிக்குதுன்னு சொன்னீங்களே, பொழுது போகட்டும்னுதான் அபிலின் போலாம்னு சொன்னேன். நான் பேசாம வீட்ல டீவிய கட்டிண்டு அழுதிருப்பேன்,' என்கிறார்.

வெளியிலுள்ள புழுதி புயல் தோற்கும் அளவுக்கு ஆளாளுக்கு ஒரு பாடு கத்தி குறை கூறிக் கடைசியில் ஓய்ந்து போய் அமைதியாய் அமர்கிறார்கள்.

நான்கு பேர். படித்தவர்கள். விவேகமானவர்கள். அனுபவமிக்கவர்கள். கொளுத்தும் வெயிலில், பாலைவனத்தில், நூற்றி ஆறு கிலோமீட்டர் ஏசியில்லாத காரில், புழுதி புயலில் பயணித்தவர்கள். வீட்டில் சாப்பிடு வதை விட்டு அத்தனை சிரமத்தோடு சென்று சகிக்க முடியாத உணவைத் தின்று விட்டு வருவோம் என்று கிளம்பியவர்கள். யாரும் இவர்களை வற்புறுத்திக் கழுத்தைப் பிடித்துத் தள்ளி 'ம்ம் போய்ச் சாப்பிட்டு வாருங்கள்' என்று அனுப்பி வைக்கவில்லை. இவை முழுவதும் இவர்களே விருப்பப்பட்டுக் கேட்டு வாங்கிக்கொண்ட சாட்டையடி.

என்ன நினைத்தார்களோ அதற்கு நேர் எதிரான காரியம் செய்துவிட்டு வந்தவர்கள். ஏன் இப்படிச் செய்தார்கள்?

நாம் எதற்குச் சிரமப்பட்டு யோசித்துக்கொண்டு. இந்தக் கதையின் நாயகன் ஜெரி ஹார்வியே தொடர்கிறார்.

தனக்கு நேர்ந்த இக்கதை பல கம்பெனி நிர்வாகங்களில் நடந்து, தவறான முடிவுகள் எடுக்கப்பட்டு, யாருக்கும் அதில் ஒப்புதல் இல்லை யென்றாலும் அவை தட்டிக் கேட்கப்படாமல் கண் மூடித்தனமாய் செயல்படுத்தப்பட்டுக் கடைசியில் மொத்தமும் தவறாகப் போகும் போது ஒருவர் மீது ஒருவர் பழி போட்டு கம்பெனிகள் படுகுழியில் விழுகின்றன என்கிறார் ஜெரி ஹார்வி.

இவர் அமெரிக்காவில் வாஷிங்டன் நகரில் ஜார்ஜ் வாஷிங்டன் பல்கலைக்கழகத்தில் நிர்வாக அறிவியல் (Management Science) பேராசிரியர். 'ஆர்கனைசேஷனல் டைனமிக்ஸ்' (Organization Dynamics) என்ற ஜர்னலில் 'தி அபிலின் பாரடாக்ஸ்' (The Abilene Paradox) என்ற கட்டுரையில் இதன் தன்மைகளை, காரணங்களை, இதற்கான தீர்வுகளை ஜோரராக விளக்குகிறார் ஜெரி.

பல சமயங்களில் கம்பெனி நிர்வாகம் எதை வேண்டாம் என்று நினைக்கிறதோ அந்தக் காரியங்களைச் செய்து எதை நோக்கிப் பயணிக்கவேண்டுமோ அதற்கு நேர் எதிர் திசையில் சென்று திண்டாடுகிறது. இதைத்தான் 'அபிலின் பாரடாக்ஸ்' என்கிறார்.

பாரடாக்ஸ் என்பதற்கு முரண், அதாவது காண்ட்ரடிக்ஷன் (Contradiction) என்று பொருள். 'வரும்ம்ம்ம்ம்... ஆனா வராது' என்பது மாதிரி!

சரிபட்டு வராது என்று தெரிந்தும் அதைக் குழுவாய், டீமாய் செய்து முடித்து தவறாக முடியும்போது அனைவரிடத்திலும் இனம் புரியாத வருத்தமும், தலைகால் கொள்ளாத கோபமும் பொங்கி கம்பெனிக்குள் ஒருவிதப் பனிப்போர் ஆரம்பிக்க இதுவே காரணமாகிவிடுகிறது. கம்பெனி பணியாளர்கள் தங்களுக்குள் சிறு குழுக்களாகப் பிரியத் துவங்குகிறார்கள். மற்ற குழுக்களைச் சேர்ந்தவர்களை எதிரிகளாகப் பாவிக்கத் துவங்குகிறார்கள்.

சின்னப் பொறியாய்த் துவங்கும் இந்த நெருப்பு பணியாளர் ஒற்றுமையை முதலில் எரித்து வேகமாய் வளர்ந்து விற்பனையை ஒழித்துக் கடைசியில் கம்பெனியையே எரித்துச் சாம்பலாக்குகிறது.

இந்த பிரச்னை ஏதோ ஒரு ஊரில், ஒரு கம்பெனியில் நடக்கும் விஷயம் என்று அசால்ட்டாய் நினைக்காதீர்கள். உலகமெங்கும்தான் ஆய்வு செய்த பல கம்பெனிகளில் இதை காணுவதாக ஆதாரங்களுடன் நிரூபிக்கிறார் ஜெரி.

அபிலின் பாரடாக்ஸ் விரிக்கும் வலையில் கம்பெனிகள் விழக் காரணம் தகராறை நிர்வகிக்கத் தவறுவதால் அல்ல, ஒப்பந்தத்தை நிர்வகிக்கத்

தவறுவதால். இன்றைய நிர்வாக உலகில் இதுவே கம்பெனிகள் சந்திக்கும் பெரிய பிரச்னை என்கிறார் ஜெரி.

வீட்டிலும் நிர்வாகத்திலும் தவறென்று தெரிந்தும் மனதுக்கு ஒவ்வாததை மற்றவர் சொல்கிறார் என்பதற்காகச் செய்கிறோம். ஏனெனில் நமக்குச் சேர்ந்திருப்பதில், உறவில், நட்பில் நாட்டம். ஒட்டி உறவாடுவதை விரும்புகிறோம். தனிமையை, வெறுமையை, பிரிந்திருப்பதை வெறுக்கிறோம். மனிதனுக்குக் கொடுக்கப்படும் மிகப் பெரிய தண்டனை தனிமை. தப்பு செய்தவர்களை ஜெயிலில் போடுவதும், மனதுக்குப் பிடித்தவர்கள் தவறு செய்யும்போது அவர்களோடு பேசாமல் இருப்பதும் இதற்குத்தான். இதை 'ஃபியர் ஆஃப் செபரேஷன்' (Fear of separation) என்கிறார்கள் சைக்காலஜிஸ்ட்ஸ்.

தொப்புள் கொடி அறுந்தது முதல் உறவில், நட்பில், காதலில், விவாகரத்தில், இறப்பில் எதோ ஒரு வகையில் தனிமையின் சுமையை, வலியை, கொடுமையை உணர்ந்திருக்கிறோம். தனிமையை நாம் விரும்புவதில்லை. அதனால் மனதுக்குப் பிடிக்காத, ஒவ்வாத, ஒத்துவராத ஒன்றை நம்மோடு இருப்பவர் சொல்லி அதைச் செய்ய வேண்டும் என்ற சூழ்நிலையில் அதைச் செய்யமுடியாது என்றால் தனிமைப்படுத்தப்பட்டுவிடுவோம் என்று அஞ்சுகிறோம். அதனால் பிடிக்காததைக்கூடச் செய்து தொலைக்கிறோம். வீட்டிலும் சரி, நிர்வாகத்திலும் சரி.

அபிலின் பாரடாக்ஸ் அமைய இன்னொரு காரணம் உண்டு. கூட்டத் தோடு இருக்கும்போது ஒருவர் சொல்வதைப் பிடிக்கிறதோ இல்லையோ அவர் சொல்கிறார், செய்யவில்லை என்றால் அவர்களோடு நம்மைச் சேர்க்கமாட்டார்கள் என்ற பியர் ப்ரெஷரில் (Peer pressure) செய்கிறோம். இதை 'க்ரூப் டைரனி அண்டு கன்ஃபர்மிடி' (Group tyranny and conformity) என்பார்கள்

'என் பையன் ரொம்ப சமத்து. இவன் ஃப்ரெண்ட்ஸ்தான் இவன கெடுக்கறாங்க' என்று அம்மாக்கள் சொல்வது க்ரூப் டைரனியால்.

'ஒருவன் தனியாய் உட்கார்ந்து வடிவமைத்தால் குதிரை கிடைக்கும். அதையே ஒரு கமிட்டி உட்கார்ந்து செய்தால் ஒட்டகமாய் முடியும்' என்று கம்பெனிகளில் நடக்கும் கூத்துக்குக் காரணமும் இதுவே.

'பார்ட்டில என் ஃப்ரெண்ட்ஸ் சொன்னாங்கன்னு சின்னதா ஒரு ரவுண்ட் குடித்தேன். குடிக்கலன்னா என்னை அவங்க குரூப்ல சேர்த்துக்க மாட்டாங்க' என்று குடித்துவிட்டு வருபவர்போல!

இவை அபிலின் போகும் வழிகள் என்றால் அந்த ஊரைத் தொடாமல் நிர்வாகங்கள் செல்ல பைபாஸ் ரோடுகளும் உண்டு. ஒரு விஷயத்தை நிர்வாகம் சொல்லும்போது அதை ஒவ்வொருவரிடமும் தனியாகச்

சொல்லாமல் செயல்படுத்தப்போகிற மொத்த குரூப்பை, டிபார்ட்
மெண்டை அழைத்து மீட்டிங் போட்டுச் சொல்வது நல்லது.
அபிலுனுக்கு போவது ஒருவர் அல்ல. அனைவரும் சேர்ந்து என்பதை
நினைவில் கொள்வது நல்லது.

க்ரூப்பை, டிபார்ட்மெண்டை நிர்வாகம் அழைத்து என்ன செய்ய
வேண்டுமோ, எங்கு போகவேண்டுமோ, எப்படி செய்யலாம் என்று
திட்டமிட்டு இருக்கிறீர்கள் என்பதை முழுமையாக விளக்கவேண்டும்.
அனைவரிடமும் 'இது நிர்வாகத்துக்கு சரி என்றுபடுகிறது.
இருந்தாலும் நம் அனைவரையும் பாதிக்கக்கூடிய விஷயமாக
இருப்பதால் அனைவரின் கருத்தையும் அறிய விரும்புகிறோம். இது
தவறாகிப் போனால் நமக்கும் பிராப்ளம், கம்பெனிக்கும் நஷ்டம்.
ஸோ ஃப்ரீயாக மனதில் பட்டதைச் சொல்லுங்கள். ஒத்த கருத்துக்கு
வரும்வரை டிஸ்கஸ் செய்வோம். தைரியமாகப் பேசுங்கள்' என்று
நிர்வாகங்கள் தைரியமும் சுதந்தரமும் அளிக்கவேண்டும்.

இதற்கு முதல் காரியமாக வேலை செய்பவர்கள் மனம் விட்டுப் பேசும்
கலாசாரத்தை கம்பெனியில் உருவாக்கவேண்டும். இதை அனுதினமும்
வளர்க்க நிர்வாகங்கள் ஆவண செய்யவேண்டும்.

வேலை செய்பவர்களும் தங்கள் திறமை, திறன் மீது நம்பிக்கையுடன்
மனதிடத்தை வளர்த்துக்கொள்ளவேண்டும். 'என் மேலதிகாரி
சொன்னார், செய்தேன்', 'என் டீம் மெம்பர் சொன்னார், போனேன்'
என்றில்லாமல் கம்பெனிக்கு இது சரிப்படுமா என்று சிந்தித்துச்
சொல்லப்படும் கருத்தைச் சீர்தூக்கிச் சரிபார்க்கவேண்டும்.

யாரோ சொன்னாரென்று எதையாவது செய்து தப்பாகிப்போனால் எந்த
நிர்வாகமும் உங்கள் மீது பரிதாபப்பட்டு 'செஞ்சோற்று கடன் தீர்க்கச்
சேராத இடம் சேர்ந்து வஞ்சத்தில் வீழ்ந்தாயடா கர்ணா' என்று
பாடமாட்டார்கள். 'வீட்டுக்குப் போவாயடா' என்று சீட்டைக் கிழித்து
வேண்டுமானால் அனுப்புவார்கள்.

போகாத ஊருக்கு வழி சொல்லி அங்கு போய் அவஸ்தைப்படுவதைத்
தடுப்பது நிர்வாகத்தின் பொறுப்பு. அதேபோல் போகக்கூடாத
அபிலினுக்கு கிளம்பினால் அதைத் தடுத்து நிறுத்தும் திறனை
கம்பெனியில் வளர்ப்பதும் நிர்வாகத்தின் பொறுப்புதான்.

அபிலின் அபாயத்தை அவாய்ட் செய்ய அபயம் தேடுபவர்களுக்கு
அட்வைஸ் செய்திருக்கும் ஜெர்ரியின் வார்த்தைகள் வரிக்கு வரி சரி
தானே!

7

வான்கோழியும் வியாபாரமும்

வான்கோழிகளைப் பற்றியும் இதாலஜி பற்றியும் கொஞ்சம் பேசுவோம். மிருகங்களை அதன் இயற்கை சூழலில் ஆராயும் இயலுக்கு இதாலஜி (Ethology) என்று பெயர். மிருகங்கள் பிஹேவியரல் ஆராய்ச்சியாளர் 'எம்.டபிள்யு.ஃபாக்ஸ்' வான்கோழிகளை ஆராய்பவர். பெண் வான்கோழிகள் சிறந்த அம்மாக்கள். தன் குஞ்சுகளைக் காப்பதில் கில்லாடிகள். அவர்களிடம் ஆச்சரியமான விஷயத்தைக் கண்டுபிடித்தார் ஃபாக்ஸ்.

வான்கோழி குஞ்சு 'சீப் சீப்' என்று எப்போதும் சத்தமிடும். குஞ்சின் தோற்றம், கலர், வாசனையைவிட அம்மாக்கள் சீப் சீப் சத்தம் கொண்டே தன் குஞ்சுகளை இனங்கண்டு கொள்ளும். சீப் சீப் என்று சத்தமிடும் குஞ்சை மட்டுமே அம்மாக்கள் பராமரிக்கும். மற்ற குஞ்சுகளைக் கண்டு கொள்ளாது. சமயங்களில் கொன்றேவிடும்.

ஃபாக்ஸ் ஒரு காரியம் செய்தார். வான்கோழிகளின் பரம எதிரி 'போல்கேட்' என்று கீரிப்பிள்ளை போன்ற மிருகம். இதற்கும் வான்கோழிக்கும் ஆகவே ஆகாது. ஒன்றை ஒன்று பார்த்தால் வாய்க்கா வரப்புத் தகராறு செய்பவர்கள் தோற்பார்கள். பாம்பு கீரி போல் அடித்துக்கொள்ளும்.

ஃபாக்ஸ் போல்கேட் குட்டிபோல ஒரு பொம்மை செய்து அதை வான்கோழியிடம் நகர்த்தினார். வான்கோழி அந்தப் பொம்மையைப் பார்த்த மாத்திரம் அடித்து துவம்சம் செய்தது.

அடுத்து போல்கேட் பொம்மைக்குள் 'சீப் சீப்' என்று சத்தம் வரும் வகையில் ஸ்பீக்கர் ஒன்றை வைத்து வான்கோழியிடம் நகர்த்தினார். என்ன ஆச்சரியம், வான்கோழி அதைத் தன் குஞ்சு போல் பாவித்து இறக்கையால் மூடியது. அடுத்து ஃபாக்ஸ் ரிமோட் மூலம் சீப் சீப் சத்தத்தை நிறுத்தினார். உடனேயே வான்கோழி அந்தப் பொம்மையைக் கடித்துக் குதறி பீஸ் பீஸாக்கியது.

வான்கோழிகளிடம் மட்டுமல்ல, வேறு சில மிருகங்களிடமும் இந்தக் குணம் இருப்பது கண்டுபிடிக்கப்பட்டிருக்கிறது. இதாலஜிஸ்ட்ஸ் இதை Fixed action pattern என்கின்றனர். மிருகங்கள் செய்யும் சில செயல்களைத் தூண்டச் சில விசைகள் உண்டு. அந்த விசைகளின் தூண்டுதலால்தான் மிருகங்கள் பல செயல்களைச் சிந்திக்காமலேயே செய்கின்றன.

மிருகங்களுக்கு ஐந்தறிவு மட்டுமே இருப்பதால்தான் இப்படிச் செய்கின்றன என்றுதானே நினைக்கிறீர்கள்?

வான்கோழிகளை விட்டு மனிதர்களுக்கு வருவோம். மனிதர்களிடம் உதவி கேட்கும்போது காரணத்தைக் கூறிக்கேட்டால் உதவி கிடைக்கிறது. 'தர்மம் பண்ணுங்கம்மா' என்று கேட்பவரைவிட 'சாப்பிட்டு நாலு நாள் ஆச்சு தர்மம் பண்ணுங்கம்மா' என்று கேட்பவர் மேல் பரிதாபம் தோன்றி உதவி செய்யத் தோன்றுகிறதல்லவா!

ஹார்வர்ட் பல்கலைக்கழக சோஷியல் சைக்காலஜிஸ்ட் எலன் லாங்கர் இதைப் பற்றி ஆராய்ச்சி செய்தார். செராக்ஸ் செய்ய நின்று கொண்டிருந்தவர்களிடம் 'ஐந்து பக்கங்கள் நகல் எடுக்கவேண்டும். உங்களுக்கு முன்பாகச் சென்று நகல் எடுத்துக்கொள்ளவா' என்று கேட்டார். 60% பேர் வழிவிட்டனர். அடுத்து சிலரிடம் 'ஐந்து பக்கங்கள் நகல் எடுக்கவேண்டும். உங்களுக்கு முன்பாகச் சென்று நகல் எடுத்துக்கொள்ளவா. ஏனென்றால் ரொம்பவும் அவசரம்' என்று கேட்டார். இப்போது 94% பேர் வழிவிட்டனர்.

ரொம்ப அவசரம் என்று காரணம் சொன்னதால்தான் மற்றவர்கள் வழிவிட்டனர் என்றுதானே நினைக்கிறீர்கள். லாங்கர் மூன்றாவது முறை வேறொன்று சொன்னார். அதாவது இம்முறை கியூவில் நின்றவர்களிடம் 'ஐந்து பக்கங்கள் இருக்கிறது. உங்களுக்கு முன்பாகச் சென்று நகல் எடுத்துக்கொள்ளவா. ஏனென்றால் செராக்ஸ் எடுக்கணும்' என்று கேட்டார்'. 93% பேர் வழிவிட்டனர்.

நன்றாகக் கவனியுங்கள். மூன்றாவது முறை என்ன காரணம் என்று சொல்லவே இல்லை. இருந்தும் மக்கள் வழிவிட்டனர்.

அதாவது உதவி செய்யக் காரணத்தை எதிர்பார்க்கிறோம். என்ன காரணம் என்பது முக்கியமில்லை. 'ஏனென்றால்' என்று கேட்ட மாத்திரம் காரணத்தைக் கேட்டது போல் மனம் உதவி செய்யத் தோன்றுகிறது.

சிப் சிப் என்ற சத்தம் கேட்டவுடன் தன் குட்டி என்று எப்படி வான்கோழியின் தாய்மை உணர்ச்சி தூண்டப்படுகிறதோ 'ஏனென்றால்' என்ற வார்த்தை கேட்டவுடன் காரணம் தெரிந்த மாதிரி உதவி செய்யும் எண்ணம் நமக்குத் தூண்டப்படுகிறது! அப்படிப் பார்க்கும்போது நாம் செய்வதும் Fixed action pattern தானே!

ஏன் இப்படிச் செய்கிறோம்?

காலம் இதுவரை கண்டிராத வேகத்தில் சுழலும் உலகில் இருக்கிறோம். இதுவரை உணராத சிக்கலான சூழலில் வாழ்கிறோம். வாழ்க்கையின் வேகத்துக்கு ஈடுகொடுக்க, மாறும் சூழல்களைத் தாக்குப் பிடிக்க நமக்குக் குறுக்கு வழிகள் தேவைப்படுகின்றன. தினம் சந்திக்கும் ஒவ்வொரு நிகழ்ச்சியை, சூழலை, மனிதரைச் சரியாக இனங்கண்டு, அனைத்து விஷயங்களையும் தெளிவாக ஆராயும் தகுதியோ, நேரமோ, சக்தியோ நமக்கில்லை. டக்கென்று ஒரு விஷயத்தைக் கிரகித்து, பட்டென்று அதை ஆராய்ந்து, படாரென்று பதிலளிக்கவேண்டிய கட்டாயம்தான் இன்றைய உலகம். நாம் வாழும் இன்றைய வாழ்க்கை.

நவீன வாழ்க்கையின் தவிர்க்க முடியாத இச்சூழலை உணர்ந்து இங்கிலாந்து தத்துவ மேதை ஆல்ஃப்ரெட் நார்த் வைட்ஹெட் என்பவர் 'வாழ்க்கையின் தினப்படி செயல்களைச் சிந்திக்காமல் செய்வதன் மூலமே நாகரீகம் முன்னேறுகிறது' என்கிறார்.

சட்டை வாங்கச் செல்கிறோம். இரண்டாயிரம் ரூபாய்க்குச் சட்டை இருக்கிறது. இரு நூறு ரூபாய்க்கும் சட்டை கிடைக்கிறது. பார்த்த மாத்திரத்தில் இரண்டாயிரம் ரூபாய் சட்டையின் தரம் அதிகம் என்று நினைக்கிறோம்.

அதன் தரத்தை டெஸ்ட் செய்தோமா? அல்லது டெஸ்ட் செய்யும் தகுதியும் திறமையும் நமக்கிருக்கிறதா? அது தெரிந்த ஒருவரிடம்தான் போய் கேட்டோமா? இல்லை. இருந்தும் இரண்டாயிரம் ரூபாய் சட்டை தரத்தில் சூப்பர் என்கிறோம். ஏன்? எப்படி?

சட்டையின் தரத்தை நிர்ணயிக்க ஏராளமான வழிகள், படிகள் உண்டு. அதைச் செய்து பார்க்கும் திறனோ, நேரமோ, பொறுமையோ நமக்கில்லை. விலை மட்டும் பார்த்துப் பட்டென்று 'அதிக விலை = அதிகத் தரம்' என்று முடிவு செய்கிறோம்.

ஆக, ஆயிரம் வழி இருந்தும் நம் மனம் செயல்படுவது விலை என்ற சீப் சீப் சத்தம் கொண்டு!

அதிவேக, அசுர மாற்றங்கள் நடைபெறும் உலகில் வாழும் சிரமத்தைச் சமாளிக்கும் சக்தி நமக்குத் தேவைப்படுகிறது. சதா சிந்தித்துச் செயல்படும் சிரமத்தைத் தாக்குப்பிடிக்கும் சக்தியும் வேண்டி யிருக்கிறது. அதனால்தான் தேவையான சில விசைகளை மட்டுமே நம்பிச் செயல்படும் Fixed action pattern வாழ்க்கை வாழ்கிறோம்.

ஐவுளிக் கடைகளின் ஆடித் தள்ளுபடி விளம்பரங்கள் பார்க்கிறோம். 'குறைந்த விலை', 'அதிரடி ஆஃபர்', 'விலைக்குறைப்பு' என்ற வார்த்தைகளைக் கேட்கிறோம். இதைச் சும்மா விடக்கூடாது என்று மனம் பொங்குகிறது. போட்டது போட்டபடி ஐவுளிக் கடைக்கு ஓடுகிறோம். தேவையானது தேவையற்றது, வேண்டியது வேண்டாதது என்று யோசிக்காமல் வாங்குகிறோம். விலை குறைவு, நமக்கு லாபம் என்கிறது மனம்.

கடைகள் நிஜமாகவே விலையைக் குறைத்ததா, இல்லை சும்மாவேனும் விலை குறைப்பு என்று டகால்ட்டி வேலை செய்கிறதா என்று நம் மனம் பார்ப்பதில்லை. பழைய விலையையும் ஆடி விலையையும் கம்பேர் செய்வதில்லை. ஆடி என்றாலே விலை குறைப்பு என்று மனம் ஒப்புக்கொள்கிறது. சிந்திக்காமல் வாங்கவே மனம் அலைகிறது.

சீப்பாய்க் கிடைக்கிறது என்று கேட்டுக் கடைத்தெருவுக்கு ஓடும் நமக்கும் சீப் சீப் சத்தம் கேட்டுத் தன் பரம எதிரியைக் கொஞ்சும் வான்கோழிக்கும் என்ன சார் வித்தியாசம்!

- 8 -

முரண்பாட்டுக் கோட்பாடு

நான் சிறுவனாக இருந்தபோது வீட்டில் சாப்பிடும் நேரம் அடிக்கடி நடந்த கூத்து நினைவுக்கு வருகிறது.

என் தட்டில் வைக்கப்படும் சாப்பாட்டில் சிலது எனக்குப் பிடிக்கும். சிலதை எனக்குப் பிடிக்காது. 'ஐயோ, என்னால் சாப்பிட முடியாது' என்று கத்துவேன். என் பாட்டி 'எது பிடிக்காதோ அதை முதலில் சாப்பிடு. பிறகு எது பிடிக்குமோ அதைச் சாப்பிடு' என்பார்.

எனக்குப் புரிந்ததே இல்லை. எல்லாம் ஒன்று தானே, எல்லாத்தையும் நான்தானே திங்கவேண்டும் என்று பெரியதாகக் கத்துவேன்.

'பிடிக்காததை முதலில் சாப்பிட்டால் அதன் பிறகு பிடித்ததைச் சாப்பிடும்போது மேலும் ருசியாக இருக்கும்' என்பார் என் அப்பா. அந்த வயதுக்கே உரித்தான எரிச்சலில் இன்னமும் கத்துவேன்.

கடைசியில் என் அப்பாவின் குரல் எழுந்து கூடவே கையும் எழுந்து என்னை அடக்கிய கதையும், நான் அடங்கியவிதமும் உங்களுக்குத் தனியே கூறவேண்டிய அவசியமில்லை!

பிசினஸ் சைக்காலஜிக்கு வருவோம். சைக்கோம்பிசிக்ஸில் ஒரு கோட்பாடு உண்டு - 'தி காண்ட்ராஸ்ட் ப்ரின்சிபில்'

(The Contrast Principle). ஒன்றன் பின் ஒன்றாகத் தரப்படும் இரண்டு விஷயங்களை நாம் பார்க்கையில் நம் கோணம் எப்படி மாறுபடுகிறது என்பதை விளக்கும் சித்தாந்தம். அதிகம் கனமில்லாத ஒன்றைத் தூக்கிவிட்டு அதன் பின் அதைவிடச் சற்றே கனமான ஒன்றைத் தூக்கும் போது இரண்டாவது அதன் நார்மல் கனத்தைவிட அதிகக் கனமாகத் தோன்றுகிறது.

கனம் என்றில்லை, நாம் பார்க்கும், கேட்கும், நுகரும், அனுபவிக்கும் எல்லா விஷயங்களும் இப்படியே. அழகான பெண்ணின் புகைப் படத்தைப் பார்த்துவிட்டு சற்றே அழகு குறைந்த பெண் படத்தைப் பார்க்கும்போது இரண்டாவது பெண் சுமாரான அழகு என்றே தோன்றும்!

இதைத் தெளிவாகப் புரியவைக்க சைக்கோஃபிசிக்ஸ் வல்லுனர்கள் செய்யும் செயல்முறை விளக்கம் ஒன்றைக் கூறுகிறேன்.

மூன்று பக்கெட்டுகள் மாணவர்கள் முன் வைக்கப்பட்டிருக்கும். முதல் பக்கெட்டில் வெந்நீரும், நடு பக்கெட்டில் சாதாரண நீரும், மூன்றாவது பக்கெட்டில் குளிர்ந்த நீரும் நிரப்பப்பட்டிருக்கும். இடது கையை முதல் பக்கெட்டிலும் வலது கையை மூன்றாவது பக்கெட்டிலும் நுழைக்கச் சொல்லுவார்கள். அதன் பின் இரண்டு கைகளையும் சாதாரண நீர் உள்ள நடு பக்கெட்டில் நுழைக்கச் சொல்லுவார்கள். இரண்டு கைகளும் ஒரே பக்கெட்டில் இருந்தாலும் இடது கை ஜில்லென்றும் வலது கை சுடுவது போலும் இருக்கும்.

ஏனென்று புரிகிறதா?

வெந்நீரை முதலில் உணர்ந்த இடது கைக்குச் சாதாரண நீர் ஜில்லென்றும், குளிர்ந்த நீரை முதலில் உணர்ந்த வலது கைக்கு அதே சாதாரண நீர் வெந்நீர்போலவும் தெரிகிறது. கான்ட்ராஸ்டாகத் தெரிவதன் ரகசியம் இதுவே. காண்ட்ராஸ்ட் ப்ரின்சிபில் என்ற பெயரும் இதனாலேயே!

மார்க்கெட்டிங்கில் இந்த சித்தாந்தத்தை ஜோராகப் பிரயோகப் படுத்தலாம். துணிக்கடையில் இரண்டாயிரம் ரூபாய் சட்டையை முதலில் காட்டினால் வாடிக்கையாளர் 'குதிரை விலை சொல்றீங்களே' என்பார். அதற்குப் பதில் நான்காயிரம் ரூபாய் சட்டையை முதலில் காட்டிப் பின் இரண்டாயிரம் ரூபாய் சட்டையைக் காட்டினால் 'இது தேவலையே, நல்லாதான் இருக்கு' என்று அந்தச் சட்டையை வாங்கி வாடிக்கையாளர் குதிரை சவாரியே செய்வார்!

சட்டை விற்பதில் மட்டுமல்ல, இந்த டெக்னிக் சகல இடங்களிலும் பயன்படும். வீடு தேடுபவர்களிடம் ப்ரோக்கர்கள் வாடகை அதிகமுள்ள

வீடுகளை முதலில் காட்டி அதன் பின் சற்றே வாடகை குறைவான வீடுகளைக் காட்டுவார்கள். தாங்கள் மனதில் நிர்ணயித்திருந்த வாடகைக்கு அதிகமாக இருந்தாலும் கடைசியில் காட்டிய வீட்டின் வாடகை பெரியதாகத் தோன்றாது வீடு தேடுபவர்களுக்கு. ஓகே சொல்லிவிடுவார்கள்.

கல்சுரலிஸ்ட் மற்றும் எழுத்தாளரான லியோ ரோஸ்டென் 1930களில் தன் வீட்டுக்கு அருகில் வாழ்ந்த ட்ரூபெக் சகோதரர்கள் பற்றி ஒரு கதை கூறுவார். சித், ஹாரி என்ற அந்த சகோதரர்கள் துணிக்கடை வைத்திருந்தனர். சித் , கடைக்கு வரும் கஸ்டமர்களிடம் தனக்குக் காது சரியாய்க் கேட்காது என்று கூறி உரக்கப் பேசச் சொல்லுவாராம். அது சும்மா கப்ஸா, அவருக்குப் பாம்பு செவி. நன்றாகவே கேட்கும். கடைக்கு வரும் கஸ்டமர் தேடி ஒரு ட்ரெஸ்ஸை எடுத்து அதன் விலையை சித்திடம் கேட்பார். சித் கடைக்குப் பின்னால் துணி தைத்துக் கொண்டிருக்கும் ஹாரியிடம் 'இந்த ட்ரெஸ் என்னப்பா விலை' என்று கத்துவார்.

ஹாரி அங்கிருந்து 'நாற்பத்தி இரண்டு டாலர்' என்பார். சித் உடனே 'எவ்வளோ' என்று மீண்டும் கேட்பார். 'நாற்பத்திரண்டு டாலர் டா செவிட்டு முண்டமே' என்று ஹாரி பதிலுக்குக் கத்துவார்.

சித் கஸ்டமரிடம் திரும்பி 'இருபத்திரண்டு டாலர் என்று சொல்கிறார்' என்பார். கஸ்டமரும் செவிட்டு காதுக்கு மனதுக்குள் நன்றி கூறி டக்கென்று பணத்தைக் கொடுத்துவிட்டுத் துணியோடு எஸ்கேப் ஆவார்!

நாற்பத்தி இரண்டு என்று கேட்ட மனதுக்கு இருபத்திரண்டு மகா சின்னதாய்த் தெரிகிறது. உடனேயே வாங்கவும் தோன்றுகிறது.

ஆனால், விஷயம் என்னவென்றால், அந்தத் துணியின் உண்மையான மதிப்பு பதினைந்து டாலர்தான்!

தினப்படி வாழ்க்கையிலும் காண்ட்ராஸ்ட் தத்துவத்தை எப்படிப் பயன்படுத்தலாம் என்பதை 'Influence' என்ற புத்தகத்தில் நான் படித்த ஒரு உண்மை நிகழ்விலிருந்து விளக்குகிறேன்.

வெளியூரில் தங்கிப் படிக்கும் மகள் தன் தந்தைக்குக் கடிதம் எழுதினார். 'அப்பா, ரொம்ப நாளாய் லெட்டர் போடாததற்கு மன்னிக்கவும். ஹாஸ்டல் தீப்பிடித்து எரிந்தால் ஜன்னல் வழியாகக் குதிக்க நேர்ந்தது. கால் முறிந்து ஆஸ்பத்திரியில் இருக்கவேண்டியிருந்தது. இப்பொழுது கொஞ்சம் விந்தி விந்திதான் நடக்கிறேன் என்றாலும் வலி ரொம்ப இல்லை. நான் குதித்ததைப் பார்த்த ஒரு இளைஞன்தான் என்னை ஹாஸ்பிடலில் சேர்த்துப் பார்த்துக்கொண்டான். ஹாஸ்டல்

எரிந்துவிட்டதால் அவன் அன்புடன் தன் வீட்டில் தங்க அனுமதித்தான். அவன் நல்ல மனசுக்கு என் மனதைப் பறிகொடுத்துவிட்டேன்.

அப்பா, ஒரு மகிழ்ச்சியான விஷயம். நீங்கள் தாத்தா ஆகப்போகிறீர்கள். ஆம், அவன் குழந்தை என் வயிற்றில். திருமணம் செய்துகொள்ளப் போகிறோம். குழந்தை பிறந்த பிறகா இல்லை முன்பா என்று முடிவு செய்யவில்லை. திருமணம் செய்வதில் சின்ன பிரச்னை. அவனிட மிருந்து எச்ஐவி வைரஸ் எனக்கும் வந்திருக்கிறதாம். அதைச் சரி செய்து விட்டால் திருமணம் செய்துகொள்ளலாம் என்று டாக்டர் கூறியிருக்கிறார்.

நிற்க. ஹாஸ்டல் எரியவில்லை. நான் குதிக்கவில்லை. கால் முறிய வில்லை. யாரையும் காதலிக்கவில்லை. ப்ரெக்னண்ட் ஆகவில்லை. எச்ஐவியும் இல்லை, ஒரு எழவும் இல்லை. சந்தோஷமாக உங்கள் மகளாகவே இருக்கிறேன். இன்றும், என்றும் இருப்பேன்.

முதல் செமஸ்டரில் மூன்று சப்ஜெக்டுகளில் ஃபெயில் ஆகிவிட்டேன். ரிப்போர்ட் கார்டை இத்துடன் அனுப்பியிருக்கிறேன். கையெழுத்திட்டு அதோடு புது ட்ரெஸ் வாங்கக் கொஞ்சம் பணம் அனுப்பவும்.'

இப்படி வந்த கடிதத்தை வேர்க்க விறுவிறுக்க, மனம் பதைபதைக்கப் படிக்கும் எந்த அப்பாவும் கடைசி பாராவைப் படித்துவிட்டு 'அப்பாடா, சனியன் ஃபெயில் ஆயிருக்கு, அவ்வளவுதானே' என்று நிம்மதிப் பெருமூச்சுடன் கையெழுத்திட்டு ரிப்போர்ட் கார்டோடு செக்கும் அனுப்புவாரா, மாட்டாரா?

சப்ஜெக்டுகளில் ஃபெயில் ஆனாலும் அந்தப் பெண் சைக்காலஜியில் நூற்றுக்கு நூறு வாங்கிவிட்டாள்!

சிறு வயதில் தன்னையும், என்னையும் அறியாமல் இந்தத் தத்துவத்தை என் மனதில் பதித்த என் பாட்டிக்கும் அப்பாவுக்கும் காண்ட்ராஸ்ட் பிரின்சிபிலை விளக்க ஆசை. எனக்கும் அழைப்பு வந்து மேலே சென்ற பிறகு செய்வதாய் உத்தேசம்!

- 9 -

தாணிக்கு தீணி

பல வருடங்களுக்கு முன் பள்ளி நண்பன் திருமணத்துக்குக் கும்பலாகச் சென்றிருந்தோம். அனைவரும் பரிசுப் பொருளோடு வர ஒருவன் வெறுங்கை வீசி வந்தான். கேட்டதற்கு 'மை ப்ரெசன்ஸ் இஸ் மை ப்ரெசண்ட்' என்றான்.

அனைவரும் அவனைத் திகட்டும் அளவுக்குத் திட்டி, கூசும் அளவுக்குக் கழுவி ஊற்றினார்கள். அவன் வீட்டில் ஒரு விசேஷம் வந்தது. நாங்கள் எல்லாரும் வெறுமனே போய் நின்றோம். என்னடா ஒரு கிஃப்ட்டும் வாங்கலையா என்று அவன் கேட்டபோது, 'அவர் ப்ரெசன்ஸ் ஈஸ் அவர் ப்ரெசண்ட்' என்று சொன்னோம்.

நியூட்டனின் விதி போல் என்ன இது ஒரு செயலுக்குப் பதில் செயல்?

இதுதான் கைமாறு கோட்பாடு (Rule of reciprocation). அடுத்தவர் நமக்கு ஏதேனும் செய்தால் அதற்கு பிரதி உபகாரமாக நாம் அவருக்கு ஏதேனும் செய்யவேண்டும். மற்றவர் நமக்கு ஏதேனும் தந்தால் நாம் பதிலுக்கு ஏதாவது தரவேண்டும். தெரிந்தவர் நம்மை அவர் வீட்டுக்குச் சாப்பிட அழைத்தால் நாம் அவரை நம் வீட்டுக்குச் சாப்பிட அழைக்கவேண்டும். தாணிக்கு தீனி!

தோன்றிய காலம் முதல் மனித வர்க்கத்திடம் புழக்கத்தில் உள்ள இந்தக் கோட்பாடு இல்லாத மனித சமுதாயமே இல்லை என்கிறார் சோஷியாலஜிஸ்ட் ஆல்வின் கூல்ட்னர்.

பார்த் டே பார்ட்டி வைக்கவே குழந்தை பெற்றுக் கொள்ளப்படுகிறது என்பதுபோல் பிறந்த நாள் வைபவங்கள் அரங்கேறுகின்றன. அழைக்கப்படுபவர்கள் கிஃப்ட் தரவேண்டும் என்பது எழுதப்பட்ட விதி. கிஃப்ட் கொடுத்தவர்கள் கிளம்பும்போது அழைத்தவர்கள் 'ரிடர்ன் கிஃப்ட்' தரவேண்டும் என்பது எழுதப்படாத விதி!

The rule of reciprocation என்பது கூப்பிட்டவர் கல்யாணத்துக்குச் சென்றால்தான் நம் வீட்டுக் கல்யாணத்துக்கு அவர்கள் வருவார்கள் என்பதில் துவங்கி கல்யாணத்தில் சாப்பிட்டால் மொய் எழுதியாக வேண்டும் என்பதுவரை பரவியிருக்கிறது.

கைமாறு கோட்பாடு கொண்டு சுரண்டவும் முடியும். கார்னெல் பல்கலைக்கழக பேராசிரியர் டென்னிஸ் ரேகன் செய்த ஆராய்ச்சி இதை உணர்த்தும். கலை வகுப்பு மாணவர்கள் சிலரை ஓவியங்களை மதிப்பீடு செய்ய அழைத்தார். மாணவர்கள் அங்கு போனபோது, ஏற்கெனவே இன்னொருவர் இருந்தார். அவர் பேராசிரியரின் உதவியாளர் என்பது அவர்களுக்குத் தெரியாது. தங்களைப்போல் மதிப்பீடு செய்பவர் என்றே நினைத்தனர்.

மதிப்பீடு செய்கையில் உதவியாளர் வெளியே சென்று சிறிது நேரத்தில் சில 'கோகோ கோலா' கேன்களோடு திரும்பி 'உங்களுக்கும் சேர்த்து வாங்கினேன்' என்று சில மாணவர்களிடம் தந்தார். வேறு சிலருக்குத் தரவில்லை.

மதிப்பீடு முடிந்து மாணவர் கிளம்புகையில் உதவியாளர் சில டிக்கெட்டு களைக் காட்டி 'நல்ல காரியத்துக்கு நன்கொடை வசூலிக்கிறோம் செய்கிறோம், உங்களால் முடிந்ததைத் தரமுடியுமா' என்று கேட்டார்.

யாருக்கு கோகோ கோலா கொடுத்தாரோ அவர்கள் அனைவரும் டொனேஷன் தந்தனர். கோகோ கோலா பெறாதவர்கள் ஏதோ காரணம் கூறி டொனேஷன் தராமல் கழண்டுகொண்டனர்.

உதவியாளரிடமிருந்து கோகோ கோலா பெற்றவர்கள் அவருக்குக் கடன்பட்டதுபோல் நினைத்தனர். டொனேஷன் டிக்கெட் வாங்கினர். அதைப் பெறாதவர்களுக்கு டொனேஷன் கொடுக்கும் தலையெழுத்து இல்லை. ஈசியாக நழுவ முடிந்தது. தாணி லேது, அந்துகே தீணி லேது!

மார்க்கெட்டிங்கில் கைமாறு கோட்பாடு வேலை செய்யுமா?

பேஷாக. வாடிக்கையாளரை பிராண்ட் வாங்க வைக்க ஃப்ரீ சாம்பிள் கொடுத்துப் பாருங்கள். கண்ட இடத்தில் கொடுக்காமல் கடை வாசலில் கொடுங்கள். சிரித்த முகத்துடன் ஒருவர் கடை வாசலில் நின்றுகொண்டு கடைக்கு வருவோரிடம் ஒரு பிராண்டை விளக்கி அதை அன்பளிப்பாகத் தருகிறோம் என்று கொடுத்தால் போதும். 'ஃப்ரீயாய்

கொடுத்திருக்கிறார்கள், நன்றாகத்தான் இருக்கும், வாங்கிப் பார்ப்போம்' என்று வாங்கும் சாத்தியக்கூறு அதிகம். நீங்களே வாங்கியிருப்பீர்களே!

இது சாத்தியமா என்று கேட்பவர்களுக்கு வேன்ஸ் பேக்கார்ட் எழுதிய 'The Hidden Persuaders' என்ற புத்தகத்திலிருந்து ஒரு மேற்கோள் தருகிறேன். அமெரிக்க சூப்பர் மார்க்கெட் ஓனர் ஒரு நாள் பெட்டியில் பாலாடைக் கட்டியை (Cheese) வைத்து 'ஃப்ரீ, உபயோகித்துப் பாருங்கள்' என்று போர்டு வைத்தார். பலர் எடுத்துக் கொண்டனர். பிறகு பணம் தந்தும் வாங்கினார்கள். என்ன பெரியதாய் விற்றிருக்கும் என்று தானே நினைக்கிறீர்கள்?

சுமார் ஐநூறு கிலோ. அன்று மாலை மட்டும்!

கைமாறு கோட்பாடு தினப்படி வாழ்க்கையையும், மார்க்கெட்டிங்கையும் மட்டுமே பாதிக்கும் விஷயம் என்று நினைக்காதீர்கள். அரசியல்வரை சென்று அதிர்வலைகள் ஏற்படுத்தும் தில்லாலங்கடி கோட்பாடு இது. எழுபதுகளில் அமெரிக்க அரசியலைப் புரட்டிப் போட்டு, ஜனாதிபதி நிக்ஸனைத் தோற்கடித்து இன்றுவரையும் பேசப்படும் 'வாட்டர்கேட்' விவகாரத்தையும் அதற்குக் காரணமானவர்கள் எதனால் அந்தச் செயலைச் செய்தார்கள் என்பதையும் படித்துப் பாருங்கள், புரியும்.

உதவி பெறும்போது 'நான் உங்களுக்கு ரொம்பக் கடமைப் பட்டிருக்கிறேன்' என்று ஏன் சொல்கிறோம் என்று இப்போது புரிகிறதா!

கைமாறு கோட்பாட்டை இன்னொருவிதமாகவும் பிரயோகிக்கலாம். நினைத்த காரியத்தைச் சாதித்துக்கொள்ளலாம். நாம் இதுவரை பார்த்ததுபோல் ஏதாவது ஒன்றைக் கொடுத்து இன்னொன்றைத் திருப்பிப் பெறும் முறை இல்லாமல் இது இன்னமும்கூட நாசூக்கானது. முன்பு பார்த்ததைவிட அதிக சக்தி வாய்ந்தது.

ஒரு உதாரணம் கொண்டு பார்ப்போம். ரோட்டில் நடந்து செல்கிறீர்கள். ஒரு சிறுமி வந்து அழகான பூ ஒன்றைக் கொடுத்து 'அங்கிள், எங்க ஸ்கூலில் வெள்ள நிவாரண நிதிக்கு கலை நிகழ்ச்சி நடத்தறோம். ஒரு டிக்கெட் நூறு ரூபாய், வாங்குகிறீர்களா' என்று கேட்கிறாள்.

நீங்கள் இம்முறை ரொம்பவே உஷாராகி எஸ்கேப் ஆகும் எண்ணத்தோடு 'அடடா, நான் அன்னைக்கு ஊர்ல இருக்கமாட்டேனே, சாரிம்மா' என்கிறீர்கள்.

சிறுமி உடனே 'அங்கிள், அந்த நிதிக்கு சாக்லேட் விற்கிறோம். இருபது ரூபாய்தான், இதையாவது ஒன்று வாங்கிக்குங்களேன், ப்ளீஸ்' என்கிறாள்.

நூறு ரூபாய் தண்டம் அழுது டிக்கெட் வாங்குவதற்குப் பதில் இருபது ரூபாய் சாக்லேட் எவ்வளவோ தேவலை என்று பணம் கொடுத்து சாக்லெட்டை வாங்குகிறீர்கள். மனதில் பெருமிதம் பொங்க, முதுகு எட்டாவிட்டாலும் முடிந்தவரை கை நீட்டி நீங்களே தட்டிக் கொள்கிறீர்கள். 'பலே பாண்டியா, சமயோஜிதமா பேசி தப்பிச் சிட்டேடா. சபாஷ்!'

அதன் பின்தான் உங்களுக்கு டயபடீஸ் இருப்பதே உறைக்கிறது. போகப் பிடிக்காத இடத்துக்கு டிக்கெட் வாங்கிச் செலவழிப்பதி லிருந்து தப்பித்து சாப்பிட முடியாத சாக்லேட்டுக்குப் பணம் தந்து தொலைத்திருக்கிறோம் என்பது பிறகுதான் புரிகிறது.

அந்தச் சிறுமி சாக்லேட் வாங்குகிறீர்களா என்று முதலில் கேட்டிருந்தால் 'எனக்கு டயபடீஸ் இருக்குமா' என்று சொல்லி யிருப்பீர்கள். பூவைக் கொடுத்து உங்களைக் கடன்பட வைத்து உங்களால் முடியாத உதவி கேட்டு அதன் பின் அதைவிடச் சிறிய உதவி கேட்கும்போது இரண்டாவது உதவியைச் செய்வது எளிதாகத் தெரிகிறது. இதை Rejection then retreat என்கிறார்கள்.

கைமாறு கோட்பாடும் முரண்பாட்டு கோட்பாடும் கூட்டணி அமைத்து உங்களைக் குழியில் தள்ளும் குள்ள நரித்தனம் இது!

தொழிற்சங்கப் பேச்சுவார்த்தைகளின்போது நிர்வாகம் முடியாது என்று சொல்லும் என்று தெரிந்தே பெரிய கண்டிஷன்களைக் கேட்டு அதன் பின் தங்களுக்கு வேண்டியதை யூனியன்கள் கூறிப்பெறுவது இந்தக் கோட்பாட்டின் கைங்கர்யமே!

இந்த டெக்னிக்கை விளக்கும், இதன் வீரியத்தை விவரிக்கும் ஆய்வு ஒன்றை லாஸ் ஏஞ்சல்ஸ் நகரிலுள்ள கலிஃபோர்னியா பல்கலைக்கழக சைக்காலஜி துறைப் பேராசிரியர்கள் செய்தார்கள்.

ஆய்வில் கலந்துகொண்டவர்களிடம் கொஞ்சம் பணம் தரப்பட்டது. அவர்கள் அதை ஒரு குறிப்பிட்ட நபரிடம் பேச்சு வார்த்தை செய்து பிரித்துக்கொள்ளவேண்டும் என்பது ஆய்வு. கொடுக்கப்பட்ட நேரத்துக்குள் பணத்தைப் பிரித்துக்கொள்வதில் உடன்பாடு ஏற்பட வில்லை என்றால் இருவருக்கும் பணம் கிடையாது என்று கூறப்பட்டது. பேச்சுவார்த்தை நடத்தவேண்டிய அந்தக் குறிப்பிட்ட மனிதர் மகா கறார் பேர்வழி, ரொம்பவே படுத்துவார், லேசில் எதற்கும் ஒத்துக்கொள்ளாதவர் என்றும் அனைவருக்கும் கூறப்பட்டது.

ஆனால், அந்தக் குறிப்பிட்ட 'எதிராளி' உண்மையில் ஆய்வு நடத்தும் சைக்காலஜி துறை நிபுணர். இது ஆய்வில் கலந்துகொண்டவர்களுக்குத் தெரியாது. அவர் ஆய்வில் கலந்துகொண்டு தன்னோடு பேச்சு வார்த்தை

செய்பவர்களை மூன்றாகப் பிரித்து ஒவ்வொரு பிரிவிடமும் வெவ்வேறு முறையில் பேசினார்.

முதல் பிரிவைச் சேர்ந்தவர்களிடம் பேசுகையில் ஆரம்பத்திலேயே தரப்பட்ட பணத்தில் கிட்டத்தட்ட மொத்தத்தையும் தனக்கே தரவேண்டும் என்று ஆரம்பித்து அதிலேயே குறியாக இருந்து கடைசிவரை அந்தத் தொகையைவிட்டுக் கீழே இம்மி அளவும் குறைக்காமல் பேசினார்.

இரண்டாவது பிரிவைச் சேர்ந்தவர்களிடம் கொஞ்சம் கம்மியாகப் பங்கு கேட்டு ஆரம்பித்து பேச்சு வார்த்தையில் அதற்கு சல்லி காசு குறைக்க மாட்டேன் என்று பிடிவாதமாய் இருந்தார்.

மூன்றாவது பிரிவைச் சேர்ந்தவர்களிடம் கிட்டத்தட்ட மொத்தப் பணமும் தனக்கே தரப்படவேண்டும் என்று ஆரம்பித்து ஆனால் பேச்சு வார்த்தையில் படிப்படியாகத் தான் கேட்டதைக் குறைத்துக் கடைசியில் இரண்டாவது பிரிவைச் சேர்ந்தவர்களிடம் கேட்ட தொகைக்கு இறங்கி வந்தார்.

ஆய்வில் Rejection then retreat வேலை செய்யும் விதம் இன்னமும் தெளிவாகத் தெரிந்தது. மூன்றாவது பிரிவைச் சேர்ந்தவர்களிடம்தான் பேச்சுவார்த்தை சுமூகமாக முடிந்து பணம் பிரித்து எடுத்துக்கொள்ளும் ஒப்பந்தம் முடிந்தது. இது நமக்கு ஏற்கனவே தெரிந்ததுதான் என்றாலும் ஆச்சரியமளிக்கும் வேறு இரண்டு உண்மைகள் இந்த ஆய்வில் புலப்பட்டது.

மூன்றாவது பிரிவைச் சேர்ந்தவர்கள் மட்டுமே ஒப்பந்தத்தின் முழுப் பொறுப்பு தங்களுடையது என்று நினைத்தனர். பேச்சுவார்த்தையில் சமாளித்து எதிராளியைக் கேட்ட பணத்திலிருந்து குறைத்து ஒத்துக் கொள்ள வைத்தது தங்கள் முயற்சியால் என்று நம்பினர். இதனால் ஏற்பட்ட ஒப்பந்தத்துக்குப் பொறுப்பேற்றுக் கொள்ளவும் செய்தனர்.

இது போன்ற சமயங்களில் பொறுப்பேற்றுக் கொள்பவர் அந்த ஒப்பந்தத்தை மீறாமல் அதைச் செயல்படுத்தும் பொறுப்பையும் ஏற்றுக் கொள்கிறார்கள் என்று கூறுகிறார்கள் ஆய்வாளர்கள். பேச்சு வார்த்தை களில் ஈடுபடும் கம்பெனிகள் இதை நினைவில் கொள்வது நல்லது.

அதோடு, தரப்பட்ட பணத்தை எதிராளியுடன் பங்கிட்டுக்கொள்ள நேர்ந்தாலும் இறுதி ஒப்பந்தம் பற்றிப் பெரும் திருப்தியடைந்தார்கள் மூன்றாவது பிரிவினர். இதுபோல ஏற்படும் ஒப்பந்தங்கள் மட்டுமே பேச்சு வார்த்தை நடத்தும் இரு சாராருக்கும் திருப்தியளிக்கும் என்கிறார்கள் ஆய்வாளர்கள். இதையும் கம்பெனிகள் கவனத்தில் கொள்வது நல்லது.

பொருளை விற்கும் போதும் இந்த டெக்னிக்கை விற்பனையாளர்கள் பயன்படுத்திப் பயன் பெறலாம். ஒரு உதாரணம் கொண்டு இதைப் பார்ப்போம்.

எதையோ விற்க சேல்ஸ்மென் உங்களிடம் வருகிறார். அவர் எத்தனை சாதுரியமாகப் பேசினாலும் அதற்கு விழாமல் அவர் விற்கும் பொருளை வாங்காமல் எஸ்கேப் ஆகிறீர்கள். வந்தவர் 'நீங்கள்தான் வாங்க வில்லை, அட்லீஸ்ட் இப்பொருளை வாங்கக் கூடிய உங்கள் நண்பர்கள் பெயர்களைச் சொல்லுங்களேன். அவர்களைச் சென்று சந்திக்கிறேன்' என்கிறார்.

உஷாராக இருந்து வாங்காமல் விட்ட வெற்றி மிதப்பில் நீங்கள் சில நண்பர்கள் பெயரையும் ஃபோன் நம்பரையும் தருகிறீர்கள்.

நீங்கள் சொல்லியதாக விற்பனையாளர் அவர்களைத் தொடர்பு கொள்வார். நீங்கள் அனுப்பியவர் என்று அவர்கள் அவரிடம் எதையாவது வாங்கவும் செய்வார்கள்.

யோசித்துப் பாருங்கள். Rejection then retreat கோட்பாட்டில் தொடுக்கடீர் என்று விழுந்தீர்களா இல்லையா. விழ வைத்தது விற்பனையாளரின் சாதுரியம்தானே!

'கொடுக்கக் கடமைப்படுகிறோம், வாங்கக் கடமைப்படுகிறோம், திருப்பிக் கொடுக்கவும் கடமைப்படுகிறோம்' என்கிறார் ஃப்ரென்ச் ஆந்த்ரபாலஜிஸ்ட் மார்சல் மௌஸ்.

கிஃப்ட் கொடுக்காமல் டிமிக்கு கொடுத்த நண்பனை சமீபத்தில் ஏர்போர்ட்டில் பார்த்தேன். பேசிக் கொண்டிருக்கும் போது திடீரென்று என்ன நினைத்தானோ 'அன்னைக்கு கிஃப்ட் கொடுக்காம போனதுக்கு ஆயுசுக்கும் திட்டு வாங்கறேண்டா. அவன் அறுபதாம் கல்யாணம் வரட்டும். எல்லாரையும் விட பெரிய கிஃப்டா கொடுத்து உங்க எல்லார் வாயையும் அடக்கி என் பாவத்த போக்கிக்கறேன்' என்றான்.

அன்று கொல்லாவிட்டாலும் கைமாறு கோட்பாடு நின்று கொல்லும்!

நான் சொல்றதைத்தான் செய்வேன்,
செய்யறததான் சொல்வேன்

கிண்டி குதிரை ரேஸுக்குச் சென்று குதிரை வாலில் பணம் கட்டி ஆடியிருக்கிறீர்களா? கட்டியிருந்தால் கனடா நாட்டு சைக்காலஜிஸ்ட்ஸ் நாக்ஸ் மற்றும் இன்க்ஸ்டர் செய்த ஆய்வின் முடிவு ஈசியாகப் புரியும்.

ரேஸுக்குச் செல்பவர்கள் எந்தக் குதிரையில் பணம் கட்டுவது என்று பைத்தியம் பிடித்து, பாயைப் பிறாண்டி, வருவோர் போவோரிடமெல்லாம் கேட்டு, அருகிலிருப்பவர் எதில் கட்டுகிறார் என்று பார்த்து, இஷ்ட தெய்வத்தை வேண்டி, இறுதியில் ஒரு குதிரையைத் தேர்ந்தெடுத்து பணம் கட்டுவார்கள். கட்டியவுடன் அந்த குதிரையே ஜெயிக்கும் என்று ஆணித்தரமாய் நம்பத் துவங்குவார்கள்.

அதே இடம், அதே ரேஸ் ட்ராக், அதே குதிரைகள். முதலில் குழப்பத்தில் குளித்து, கவலையில் காய்ந்து எந்தக் குதிரையில் கட்டுவது என்று புரியாமல் விழித்தவர்கள் இவர்கள். ஒரு குதிரை மீது நம்பிக்கை வைத்துப் பணம் கட்டியவுடன் போதி மரத்தடி புத்தராய் தெளிவடைந்து அந்த குதிரை மீது நம்பிக்கை வைத்து ஏதோ அதுதான் ஜெயிக்கும் என்று முதலிலிருந்தே தீர்க்கமாய் நம்பியது போல் நடக்கிறார்கள்.

எதனால் இந்த மாற்றம்? எப்படி இந்த ஞானோதயம்?

ஆழ் மன மேட்டர் என்கிறார்கள் ஆய்வாளர்கள். முடிவெடுத்து ஒரு செயலைச் செய்த பின் அதற்கேற்ப நடக்கவேண்டும், செய்த செய்கைக்கு முரணான நிலைப்பட்டை எடுப்பது அசிங்கம் என்று செய்த செயலைக் கட்டிக்கொண்டு அழும் நிலைத்தன்மை கோட்பாட்டின் (Consistency principle) மீதான நம் நாட்டமே காரணம் என்கிறார்கள்.

உறுதியான நிலைப்பாடு முக்கியம் என்று நினைக்கிறோம். ஒன்றைச் சொன்னால், செய்தால் அதை மாற்றிக் கொள்வது அவமானம், அசிங்கம், அயோக்கியத்தனம் என்று நம்புகிறோம். ஒரு அரசியல் கட்சியை ஆதரித்துப் பேசி, அதற்கு ஓட்டு போட்டு, அதை ஊரெல்லாம் சொல்லிவிட்டால் அக்கட்சி என்ன தப்பு செய்தாலும் எந்த நிலையிலும் அதை ஆதரித்தே தீரவேண்டும் என்று நினைக்கிறோம். அரசியல் வாதிகளுக்கு இது பொருந்தாதுதான். அசிங்கப்படுவது என்பது அவர்களுக்கு சர்வ சாதாரணம். அரசியல் விமர்சகர் 'சோ' கூறுவது போல் 'அரசியல்வாதிகள்தான் கட்சி மாறுவார்கள். மக்கள் லேசில் மாறுவதில்லை!'

நிலையான நிலைப்பாடே நல்ல மனிதனுக்கு அழகு என்று நினைக்கிறோம். அடிக்கடி நிலையை மாற்றுபவனை 'பச்சோந்தி' என்கிறோம். மாறும் தன்மை கொண்டவனை 'இன்னிக்கு ஒண்ணு சொல்வான் நாளைக்கு ஒண்ணு செய்வான்' என்று ஏசுகிறோம். 'எனக்கு ஒரு நாக்கு ஒரு சொல்' என்று பெருமையாய்க் கூறுகிறோம். ஏதோ, மற்றவர்களுக்கு ஒவ்வொரு பல்லுக்குப் பின்னாலும் ஒரு நாக்கு இருப்பதுபோல!

ஒரு விஷயத்தை ஒத்துக்கொண்டால் ஆதாயம் இல்லாவிட்டாலும் கொடுத்த வாக்குக்கு விசுவாசமாக இருக்க விரும்புகிறோம். தாமஸ் மொரியார்டி என்ற சைக்காலஜிஸ்ட் நியூ யார்க் பீச்சில் நடத்திய ஆய்வு இதை உணர்த்தும்.

அமெரிக்கர்கள் வெயில் காலத்தில் பீச்சில் ஜமக்காளத்தை விரித்து மல்லாக்கப் படுத்து அதுவரை வானத்தையே பார்க்காதவர்கள் போல் பார்த்துக் கொண்டிருப்பார்கள். ஒரு கோடை காலத்தில் பீச்சில் படுத்திருந்தவர்கள் பக்கத்தில் ஜமக்காளத்தை விரித்துத் தானும் படுத்துக்கொண்டார் தாமஸ்.

தலை மாட்டில் ரேடியோ கேட்டுக் கொண்டிருந்துவிட்டுச் சிறிது நேரம் கழித்துக் கடல் அலை அருகே போய் நின்றார். அப்போது திருடனைப் போல் வந்த அவர் உதவியாளர் நைசாக ரேடியோவை எடுத்துச் சென்றார். அருகில் படுத்திருந்தவர்கள் இதைப் பார்த்துக் கொண்டிருந்தார்களே தவிர வேறெதுவும் செய்யவில்லை.

இது போல் இருபது முறை செய்ததில் படுத்திருந்த ஒருவர் மட்டுமே உதவியாளரைத் தட்டிக் கேட்டு அவரிடமிருந்து ரேடியோவைப் பிடுங்கினார். மற்றவர்கள் நமக்கெதற்கு வம்பு என்று திரும்பி விட்ட இடத்திலிருந்து வானத்தைப் பார்க்கத் துவங்கினர்.

ஒரு சின்ன மாற்றத்தோடு இதை மீண்டும் இருபது முறை செய்தார் தாமஸ். படுத்திருந்து எழுந்தவர் அலையருகே செல்லுமுன் அருகிலிருந்தவரிடம் 'ரேடியோவைக் கொஞ்சம் பார்த்துக்கிறீங்களா' என்று கூற அருகிலிருந்தவர் 'தாராளமா' என்று பதிலளித்தார்.

தாமஸ் சென்ற பின் அவர் உதவியாளர் வந்து ரேடியோவை எடுத்துச் செல்ல முயற்சித்தார். இப்படி இருபது முறை செய்ததில் பத்தொன்பது முறை பக்கத்தில் இருந்தவர் உதவியாளரைத் தடுத்து ரேடியோவைப் பிடுங்கினார்.

பக்கத்து ஜமக்காளக்காரன் மீது திடீரென்று எதற்கு இந்த கரிசனம்? வேறென்ன, சொன்னபடிச் செய்யவேண்டும் என்ற நாட்டம்தான்!

முடிவெடுத்த விஷயத்தை மாற்றிக்கொள்ள மீண்டும் சிந்திக்க வேண்டும். மூளையைச் செலவழிக்கவேண்டும். முயற்சி வேண்டும். முதலிலிருந்து விளையாடவேண்டும். எதற்கு இந்தத் தலையெழுத்து? பேசாமல் செய்ததையே, சொன்னதையே மெயிண்டெயின் செய்து விட்டால் வேலை மிச்சம், சிந்தனை சிக்கனம் என்று நினைக்கிறோம்.

வாங்கிய பிரண்டையே மீண்டும் மீண்டும் வாங்கும் பிராண்ட் லாயல்டிக்கு ஒரு காரணம் இதுவே. உதாரணத்துக்கு, 'கோகுல் சாண்டல்' பவுடர் வாங்குபவரிடம் 'ஏன் இந்த பிராண்டை வாங்குகிறீர்கள்' என்று கேட்டால் 'ரொம்ப வருஷமா வாங்கிக் கொண்டிருக்கிறேன்' என்பார்.

அவர் ஆழ்மனதைக் கேட்டால் 'நல்ல பவுடர் என்று வாங்கினேன், இன்னமும் வாங்குகிறேன். இப்போது மாற்றினால், இதுவரை செய்தது தவறு என்றாகிவிடும்' என்று கூறும்!

மார்க்கெட்டர் இதை எப்படித் தனக்கு சாதகமாகப் பயன்படுத்தலாம் என்று பார்ப்போம். அமெரிக்காவில் கிறிஸ்துமஸ் காலத்தில் பொம்மை விற்பனை களை கட்டும். தங்கள் வருவாயின் பெரும் பகுதியைத் தயாரிப்பாளர்கள் இக்காலத்தில்தான் அள்ளுவார்கள். குழந்தைகள் கேட்கும் விலையுயர்ந்த பொம்மைகளை கிறிஸ்துமஸ் சமயத்தில் வாங்கித் தருகிறேன் என்று கூறும் அப்பாக்கள் சொன்னது போல் வாங்கித் தருவார்கள். அடுத்த பொம்மைக்கு குழந்தை அடுத்த கிறிஸ்துமஸ் வரை காத்திருக்கவேண்டும்.

ஆண்டுக்கு ஒரு முறை மட்டும்தான் விற்பனை என்றால் பொம்மை தயாரிப்பாளர்கள் என்ன ஆவது? அதனால் அவர்கள் சமயோஜிதமாகச் சிந்தித்தார்கள். செயல்பட்டார்கள்.

பேசும், ஓடும் ரோபோ போன்ற புதுமையான பொம்மைகளை கிறிஸ்துமஸ் முன் விமரிசையாக விளம்பரப்படுத்துவார்கள். குழந்தை அப்பாவை நச்சரிக்க அவரும் கண்டிப்பாக கிறிஸ்துமஸ்ஸுக்கு வாங்கித் தரேன்டா செல்லம் என்பார். சொன்னபடி கிறிஸ்துமஸ் நேரத்தில் குழந்தையோடு கடைக்குச் சென்றால் அப்பொம்மை இருக்காது. விற்றுத் தீர்ந்திருக்கும்.

ரோபோ கிடைக்காத குழந்தை ஏக்கத்தில் அழும். பெற்ற குழந்தையின் அழுகையைப் பொறுக்காத அப்பா 'கிடைச்சவுடன் கண்டிப்பா வாங்கித் தரேன், அது வரைக்கு வேற பொம்மை வாங்கிக்கோ' என்பார் நடந்த சதியை அறியாதவராக.

கிறிஸ்துமஸ்ஸுக்கு அடுத்த மாதம் அதே ரோபோ விளம்பரங்கள் டீவியில் மீண்டும் அமர்க்களப்படும். அதைப் பார்க்கும் குழந்தை அப்பாவிடம் 'அன்னிக்கு வாங்கித் தரேன்னு சொன்னியே, இப்பவே வாங்கிக் கொடு' என்று இம்முறை கேட்காது. அதட்டி ஆர்ப்பாட்டமே செய்யும்!

அப்பாவும் வேறு வழியில்லாமல் குழந்தையோடு கடைக்குச் செல்ல அங்கே ரோபோ பொம்மைகள் சிரித்துக்கொண்டு வரிசையாய் நிற்கும். விளம்பரம் கூறியதைப்போல் அவை பேசும், பாடும், ஓடும். விளம்பரம் சொல்லாத இன்னொன்றையும் செய்யும். அப்பன் பர்ஸிலிருந்து கொத்தாகப் பணத்தைப் பறித்துக்கொள்ளும்!

மக்களுக்கு நிலைத்தன்மை மீதான நாட்டத்தை உணர்ந்த பொம்மை தயாரிப்பாளர்கள் செய்யும் சதி இது!

கிறிஸ்துமஸ் முன் ரோபோவை விளம்பரப்படுத்தி அதை அதிக அளவு கடைகளுக்குக் கொடுக்காமல் ஒரு செயற்கை டிமாண்ட் ஏற்படுத்து வார்கள். அதை வாங்க வரும் குழந்தை ஏமாற்றம் அடையக் கூடாதென்று பெற்றோர் விலையுயர்ந்த வேறு பொம்மையை வாங்கித் தருவார்கள். அடுத்த மாதமே மீண்டும் ரோபோ பொம்மைகள் விளம்பரப்படுத்தும்போது குழந்தை அப்பாவை நச்சரிக்கும். கொடுத்த வாக்கைக் காப்பாற்ற அப்பாவி அப்பாவும் கடைக்குச் சென்று ரோபோ பொம்மையை வாங்கித் தருவார்.

நிலைத்தன்மை கோட்பாட்டை இன்னமும் வெற்றிகரமாக நிலை நாட்ட ஒரு வழி உண்டு. அதன் பெயர் 'வாக்குத் தவறாமை'. ஒருவர்

ஒரு நிலைப்பட்டை எடுக்க வைத்து அதைக் கூறுவதோடு இல்லாமல் எழுதித் தரவும் வைத்தால் மேட்டர் ஓவர். காரியம் சக்சஸ். முடிந்தது வேலை.

சில பிராண்டுகள் பயன்படுத்தும் விற்பனை மேம்பாட்டு செயல் ஒன்றை நீங்கள் கவனித்திருக்கலாம். போட்டி ஒன்றை அறிவித்து 'இந்த பிராண்டை நீங்கள் விரும்பக் காரணம் என்ன' என்பதை நான்கு வரிகளில் எழுதிக் கீழ்கண்ட முகவரிக்கு அனுப்பவும் என்று கூறிப் பரிசுகளை அறிவிப்பார்கள்.

இன்னொன்றையும் நீங்கள் கவனித்திருக்கலாம். பரிசுத் திட்டத்தின்படி விளம்பரத்தில் உள்ள கூப்பனைக் கத்தரித்து அதில் வாடிக்கையாளர்கள் தங்கள் கைப்பட பிராண்டைப் பற்றி எழுதி அதை கம்பெனிக்கு அனுப்ப வேண்டும் என்றிருக்கும். அறிவிக்கப்படும் பரிசுகளும் ஏனோ தானோ என்று இல்லாமல் பெரியதாக இருந்து பிரமாதப்படும்.

பிராண்டை ஏற்கனவே வாங்கியவர்கள், வாங்காதவர்கள் என்று ஆயிரக்கணக்கான வாடிக்கையாளர்கள் பரிசுக்கு ஆசைப்பட்டு பிராண்டை வாங்கி கூப்பனில் பிராண்டைப் பற்றி ஆஹா ஓஹோ என்று எழுதி அனுப்பிவைப்பார்கள்.

இப்படிச் செய்தால் அந்த ஒரு சமயம் பிராண்ட் விற்பனை கூடப்போகிறது, அவ்வளவுதானே என்று தானே இத்தனை நாள் நினைத்தீர்கள்?

அதுதான் இல்லை. இந்த பிராண்டை எனக்கு மிகவும் பிடித்திருக்கிறது. இதை நான் மீண்டும் மீண்டும் வாங்குவேன் என்று மார்க்கெட்டர் களுக்கு வாடிக்கையாளர்கள் எழுதித் தரும் சத்தியப் பிரமாணம் அது!

பிராண்டை வாடிக்கையாளர்கள் வாங்க வைத்து, அதன் தன்மைகளை நினைக்க வைத்து, அதை எழுத்து வடிவில் வாங்கி அதன் பயன்களை ஒத்துக்கொள்ளவைத்து கமிட்மெண்ட் பெறும் மார்க்கெட்டிங் தந்திரம் இது.

அதன் பின் தங்களை அறியாமல்கூட அந்த பிராண்டை மாற்ற வாடிக்கையாளர்களுக்கு எங்கே மனம் வரப் போகிறது? அதுதான் கைபட எழுதியே தந்துவிட்டார்களே. பத்திரத்தில் கையெழுத்திட்ட பின் பிராண்ட் பத்திரமாகத்தானே இருக்கும்!

இதுபோல் கைப்பட எழுதி ஒரு பப்ளிக் கமிட்மெண்ட் தரும்போது அதுவே எவ்வாறு மனதைப் பாதித்து எக்காரணம் கொண்டாலும் எழுதித் தருவதைப்போலவே செயல்படத் தோன்றுகிறது என்பதை விளக்கும் ஆய்வு ஒன்று உண்டு. மார்டன் டாய்ஷ் மற்றும் ஹெராால்ட் ஜெராார்ட் என்ற ஆய்வாளர்கள் செய்து காட்டியது.

போர்டில் ஒரு கோடு வரையப்பட்டுக் கல்லூரி மாணவர்களிடம் காட்டப்பட்டு அதன் நீளம் என்னவாக இருக்கும் என்று கண்களால் தோராயமாக அளந்து சொல்லவேண்டும் என்பது ஆய்வு. முதல் பிரிவு மாணவர்களிடம் நீளத்தை வெளியே சொல்லவேண்டாம், மனதில் நினைத்துக்கொண்டால் போதும் என்று கூறப்பட்டது. இரண்டாவது பிரிவு மாணவர்களிடம் ஒரு பேப்பர் கொடுத்து அதில் நீளத்தை எழுதிப் பின் அதை யாரிடமும் காட்டாமல் கிழித்துப்போடவேண்டும் என்று கூறப்பட்டது. மூன்றாவது பிரிவு மாணவர்களிடம் கோட்டின் நீளத்தை ஒரு பேப்பரில் எழுதி ஆய்வாளர்களிடம் தருமாறு கூறப்பட்டது.

ஆய்வாளர்களின் எண்ணம் புரிகிறதா?

ஒரு பிரிவைச் சேர்ந்தவர்கள் தங்கள் எண்ணங்களை கமிட் செய்ய வில்லை. இரண்டாவது பிரிவைச் சேர்ந்தவர்கள் ப்ரைவேட்டாக மட்டும் கமிட் செய்தனர். மூன்றாவது பிரிவைச் சேர்ந்தவர்கள் மட்டுமே பப்ளிக்காய் கமிட் செய்தனர்.

இதன் பின் ஆய்வாளர்கள் மூன்று பிரிவைச் சேர்ந்தவர்களிடமும் அவர்கள் நினைத்த நீளம் தவறாக இருக்கலாம் என்று கூறி வேண்டு மானால் அவர்கள் தாங்கள் நினைத்த கோட்டின் நீளத்தை மாற்றிக் கொள்ளலாம் என்று கூறினர்.

முதல் பிரிவைச் சேர்ந்தவர்கள் தாங்கள் நினைத்த நீளத்தை மாற்றிக் கொள்வதாகக் கூறினர். இரண்டாவது பிரிவைச் சேர்ந்தவர்கள் தாங்கள் நினைத்த நீளமே சரியாக இருக்கும் என்று நினைப்பதாகக் கூறினாலும் ஆய்வாளர்களுடன் பேசிய பின் தங்கள் எண்ணத்தை ஓரளவாவது மாற்றிக்கொள்ள சம்மதித்தனர். ஆனால் மூன்றாவது பிரிவைச் சேர்ந்தவர்கள் மட்டும் தாங்கள் பிடித்த முயலுக்கு மூன்றே கால் மன்று கெட்டியாகப் பிடித்துத் தாங்கள் எழுதித் தந்த நீளத்தை மாற்றிக்கொள்ள மறுத்தனர்.

கமிட்மெண்ட் சக்தி புரிகிறதா? எழுதித் தராதபோது மனதை மாற்றிக் கொள்வது பெரியதாகத் தெரிவதில்லை. யாருக்கும் தெரியாமல் எழுதியபோது மனம் மாற மறுத்தாலும் அதன் பின் ஓரளவாவது முதலில் எண்ணிய எண்ணங்களை மாற்றிக்கொள்ளவும் தயாராய் இருக்கிறது. ஆனால் வெளிப்படையாக எழுதிக் கொடுத்துவிட்டால் எக்காரணம் கொண்டும் மனம் மாற மறுக்கிறது. பப்ளிக் கமிட்மெண்ட் செய்யும்போது மனம் இறுகுகிறது; எண்ணங்கள் உறுதியாகி மாற மறுக்கிறது.

டாய்ஷ் / ஜெரார்ட் ஆய்வின் கண்டுபிடிப்பை வாழ்க்கையில் மட்டுமல்ல வியாபாரத்திலும் பயன்படுத்திப் பயன்பெறலாம். உதாரணத்துக்கு,

உடல் எடையைக் குறைக்கும் வெயிட் லாஸ் செண்டர்களை (Weight loss centres) எடுத்துக்கொள்வோம். ஒரு வைராக்கியத்தில் உடல் எடை குறைப்போம் என்று இங்கு வருபவர்கள் ட்ரீட்மெண்ட் எடுத்துக் கொண்டு, உணவு விஷயத்தில் கட்டுப்பாட்டுடன் இருந்து வருவார்கள். ஆனால் கண் முன் ஸ்வீட்டுகள், சிக்கன், மட்டன் போன்ற ஐட்டங் களைப் பார்த்துவிட்டால் சபலம் தட்டி மீண்டும் முருங்கை மரத்தில் ஏறி திங்கக்கூடாததை அதிகம் தின்று சேர்ந்தபோது இருந்ததைவிட இன்னமும் ஒரு சுற்று பெருத்துப் போவார்கள். இவர்களோடு மோதி வெயிட் லாஸ் செண்டர்கள்தான் துரும்பாய் இளைத்துப் போகும்!

அதற்குத்தான் சில செண்டர்கள் வருபவர்களிடம் தாங்கள் எத்தனை கிலோ குறைக்கவேண்டும் என்று எதிர்பார்க்கிறார்கள் என்பதை எழுத்தில் எழுதித் தரச் சொல்வார்கள். எழுதியதை அவர்கள் நண்பர்கள், உறவினர்கள்,கூட வேலை செய்பவர்களிடம் காட்டுமாறு கூறுவார்கள். அதாவது தங்கள் எண்ணத்தை ஆன் தி ரிகார்ட் ஆக்கி ஒரு பப்ளிக் கமிட்மெண்ட் கொடுக்க அறிவுறுத்தப்படுகின்றனர்.

இதுபோல எழுதிக் காட்டுபவர்கள் எல்லாரிடமும் கூறி, பத்தாததற்கு எழுதி வேறு காட்டித் தொலைத்து விட்டோமே என்பதற்காவது வாயைக் கட்டி, நாக்கை அடக்கி, ஆசையைப் புதைத்து வெயிட் லாஸ் செண்டர் சொல்வதுபோல் நடந்துகொள்ள முயற்சித்துத் தங்கள் எடையைக் குறைத்து மெலிகின்றனர்!

ஆண்டு விற்பனை குறிக்கோளை அறுதியிடும்போது கம்பெனிகள் தங்கள் விற்பனையாளர்களிடம் 'இந்தாப்பா இந்த ஆண்டு நீங்கள் அடையவேண்டிய விற்பனை இலக்கு' என்று கூறுவதற்குப் பதில் 'உங்கள் இலக்கை நீங்களே கைப்பட எழுதி எங்களுக்குத் தாருங்கள்' என்று கூறுவதன் ரகசியம் இப்போது புரிந்திருக்குமே!

நான் சொல்றதைத்தான் செய்வேன், செய்யறததான் சொல்வேன் என்பது பன்ச் டயலாக் மட்டுமல்ல. சீரியசான சைக்காலஜி மேட்டரும் கூட!

- 11 -

கூட்டத்தோடு கோவிந்தா போடு

டிவி காமெடி சீரியல்களில், நிகழ்ச்சிகளில் கெக்கே பிக்கே ஜோக்குகளுக்கு பேக்ரவுண்டில் சிலர் சிரிப்பது போல் ட்ராக் ஒலிபரப்பப்படுவதைக் கேட்டிருப்பீர்கள். சப்பை ஜோக்குக்கு சிரிப்புச் சத்தம் கேட்டால் நாமும் சேர்ந்து சிரித்துவிடுவோமா? இது சும்மா டகால்டி என்று நமக்குத் தெரியாதா? எதனால் இதை உபயோகிக்கிறார்கள்?

இதை உணர 'சமூக ஆதாரக் கோட்பாடு' (The principle of social proof) பற்றித் தெரிந்துகொள்ளவேண்டும். ஒரு விஷயம் சரியா, தவறா என்று தெரியாதபோது மற்றவர்கள் எது சரி என்கிறார்களோ, எதைச் செய்கிறார்களோ அதுவே சரி என்று நினைக்கிறோம். பலர் சரி என்று சொன்னால் அது சரியாய்த்தான் இருக்கும் என்று நம்புகிறோம். பலர் சிரிக்கிறார்கள் என்றால் நல்ல ஜோக்காய்த்தான் இருக்கும் என்று நம்மையறியாமல் நினைக்கிறோம். இது தெரிந்தே டீவிகாரர்கள் சிரிப்பு ட்ராக்கைப் பயன்படுத்துகிறார்கள்.

ஏதோ, இந்த மட்டும் சோக சீரியல்களுக்கு ஒப்பாரி ட்ராக் பயன்படுத்தாமல் இருக்கிறார்களே என்று வேண்டு மானால் சந்தோஷப்பட்டுக் கொள்ளலாம்!

சில படங்களை தியேட்டரில் பார்ப்பதற்கும் வீட்டில் பார்ப்பதற்கும் வித்தியாசத்தை உணர்ந்திருப்பீர்கள். மற்றவர்கள் ரசிக்கும்போது 'படம் நன்றாகத்தான் இருக்கிறது போலிருக்கிறது' என்று மனம் நினைக்கிறது. தியேட்டரில் படம் பார்ப்பதுபோல் வராது என்று சிலர் நினைப்பதும் இதனாலேயே.

| 65 |

பலர் ஒரு செயலைச் செய்யும்போது அதுவே சரியான செயல் என்று மனம் முடிவு செய்கிறது. நம்மையறியாமல் அதே செயலைச் செய்யத் தோன்றுகிறது. இதை நாம் பிறந்ததிலிருந்தே செய்கிறோம், ஆனால் உணர்வதில்லை, எல்கேஜி படிக்கையில் வகுப்பில் ஒரு குழந்தை அழும்போது ஏன், எதற்கு என்று தெரியாமல் அதோடு நாமும் சேர்ந்து அழுதது ஞாபகமில்லையா!

இந்தக் கோட்பாட்டைச் சில கம்பெனிகள் சரியாய்ப் புரிந்துகொண்டு பிரமாதமாய்ப் பயன்படுத்தி பெரிய லெவலில் பயன் பெறுகின்றன. ஹெல்த் ட்ரிங்க்ஸ் பிரிவில் பல கம்பெனிகள் தங்கள் பிராண்டை ஒரு சிறுவனோ சிறுமியோ குடிப்பது போல் காண்பிக்கும். ஆனால் 'ஹார்லிக்ஸ்' தன் விளம்பரங்களில் பல சிறுவர்கள் ஒன்று சேர்ந்து 'இபாங் குபாங் ஜபாங்' என்று சொல்லிப் பருகுவதைப் போல் காட்டும்.

அந்த விளம்பரங்களைப் பார்க்கும் குழந்தைகள் தங்களை அறியாமல் 'பலருக்கும் ஹார்லிக்ஸ்தான் பிடித்திருக்கிறது, நாமும் அதையே குடிப்போம்' என்று அம்மாவை நச்சரிக்க, ஏதோ நல்லது பிடித்தால் சரி என்று அம்மாக்கள் அதையே வாங்க இன்று அந்தப் பொருள் பிரிவின் நம்பர் ஒன் பிராண்ட் ஹார்லிக்ஸ். குடிக்கும் குழந்தைகளைக் காட்டிலும் ஹார்லிக்ஸ்தான் புஷ்டியாய் திடகாத்திரமாய்த் திகழ்கிறது!

இந்தக் கோட்பாடு ஏதோ நிகழ்ச்சி தயாரிப்பாளர்களும், ஹார்லிக்ஸும் பயன்படுத்திப் பயன் பெற மட்டுமே என்று எண்ணாதீர்கள். பிச்சைக்காரர்கள்கூடப் பிரயோகப்படுத்திப் பயன் பெறலாம். பிச்சையையும் சேர்த்துப் பெறலாம். பெறுகிறார்கள்.

ரோட்டில் நடந்து செல்லும்போது பிச்சைக்காரர்கள் நம்மிடம் 'அம்மா தாயே' என்று வெறும் டப்பாவை நீட்டுவதில்லை. அதில் கொஞ்சம் சில்லறை போட்டு டப்பாவை ஆட்டிச் சத்தப்படுத்திப் பிச்சை கேட்பதைப் பார்த்திருப்பீர்கள்.

அந்தச் சத்தம் நம் பரிதாப உணர்ச்சிக்கு அடிக்கும் காலிங் பெல் மட்டுமல்ல. ஏற்கனவே பலர் பிச்சை போட்டுப் போயிருக்கிறார்கள். ஒழுங்கு மரியாதையாக நீயும் போட்டுவிட்டுப் போவதுதான் நல்லது என்று நமக்கு அளிக்கப்படும் வார்னிங் பெல்லும் கூட.

ஊரோடு ஒத்துப்போவோம் என்று பையிலிருக்கும் சில்லறையை டப்பாவில் போட்டு நமக்கு இதுபோல் யாரும் தருவதில்லையே என்று நம் தலையெழுத்தை நொந்தபடிப் போகிறோம்!

ஆல்பர்ட் பந்துரா என்ற சைக்காலஜிஸ்ட் இக்கோட்பாட்டைக் கொண்டு குழந்தைகளின் பயங்களைப் போக்கமுடியும் என்று கண்டு பிடித்திருக்கிறார். நாய்களைக் கண்டால் பயப்படும் குழந்தைகளை

நாய்களோடு கொஞ்சி விளையாடும் குழந்தைகளைப் பார்க்கச் செய்தார். தினம் இருபது நிமிடம் இதைப் பார்த்த குழந்தைகள் படிப்படி யாகத் தாங்களும் நாய்களோடு பயமில்லாமல் கொஞ்சி விளையாட ஆரம்பித்துவிட்டன.

குப்பையில்லா இடத்தில் குப்பை போட நமக்கு மனம் வராது. இதுவும் இக்கோட்பாட்டின் கைங்கர்யமே. அதேபோல் பலர் சிறுநீர் கழித்துப் போயிருக்கும் சுவரைத் தாண்டிச் செல்லும்போது வரவில்லை என்றாலும் வற்புறுத்தி வந்த வரை அடித்துவிட்டுப் போகலாமா என்று நமக்குத் தோன்றுவதும் சாட்சாத் இந்தக் கோட்பாட்டால்தான்!

ரோட்டில் யாராவது விழுந்து கிடந்தால் பல சமயங்களில் பார்த்தும் பார்க்காமல் போகிறோம். ஈவிரக்கமில்லாத ஜடங்களாகிவிட்டோமா? மருந்துக்கும் மனதில் பரிவும், உதவும் குணமும் துறந்த பிண்டங்கள் ஆகிவிட்டோமா?

இல்லை. இதுவும் சமூக ஆதாரக் கோட்பாட்டின் செயலே. ரோட்டில் விழுந்திருப்பவரைப் பார்க்கிறோம். யாரும் கவனிக்காமல் செல்வதைப் பார்க்கிறோம். நாம் உதவாமல் அந்த இடத்திலிருந்து நகர்வதற்கு இரண்டு காரணங்கள் என்கிறார்கள் பிப் லடானே மற்றும் ஜான் டார்லி என்ற அமெரிக்க சைக்காலஜி பேராசிரியர்கள்.

பல பேர் இருக்கும் இடத்தில் உதவி செய்யும் பொறுப்பு அனைவருக்கும் குறைகிறது. மற்றவர்கள் உதவி செய்வார்கள் என்று நினைத்து நாம் அங்கிருந்து நகர்கிறோம். இப்படியே அனைவரும் நினைப்பதால்தான் யாரும் உதவி செய்வதில்லை.

ஒரு முறை 'எழுத்தாளர் சுஜாதா' காரில் செல்லும்போது ரோட்டில் அடிபட்டுக் கிடந்த ஒருவனுக்கு உதவலாம் என்று கூற ட்ரைவர் 'விடுங்க சார், அவங்க பார்த்துப்பாங்க' என்று பதிலளிக்க, 'யார் அந்த அவர்கள்' என்று மிக அழகாய் எழுதியிருப்பார்.

இரண்டாவது காரணம், பல சமயங்களில் எமர்ஜென்சி ஒரு எமர்ஜென்சி போல் தெரிவதில்லை. ரோட்டில் ஒருவர் விழுந்திருக்கிறார். அனைவரும் கவனிக்காமல் போகிறார்கள். அப்படியென்றால் ஆபத்தில்லை என்று நினைக்கிறோம். குடித்துவிட்டு விழுந்திருப்பார் என்று நாமாக நினைக்கிறோம். இதை pluralistic ignorance என்கிறார்கள். யாரும் கவனிக்கவில்லை என்றால் கவலைப்பட அங்கு ஏதுமில்லை என்று நினைக்கிறோம்.

பக்கத்துத் தெருவில் சத்தம் கேட்டால் என்ன, ஏது என்று போய்ப் பார்க்கத் தோன்றுவதில்லை. பட்டாசு வெடித்திருப்பார்கள் என்று நாமாய் முடிவு செய்கிறோம். எதிர் வீட்டில் பெண்ணின் அலறல் கேட்டால் புருஷன் அடிக்கிறான் என்று நினைத்து நமக்கு ஏன் அப்படி தைரியம் வருவதில்லை என்று நினைப்பதோடு நிறுத்திக்கொள்கிறோம்.

ஓரிடத்தில் ஒருவர் இருப்பதைவிடப் பலர் இருக்கும்போது அங்கு உதவிக்கு பிரச்னை இருக்காது என்று நினைப்பது தவறு என்று ஆய்வின் ஆதாரத்தோடு விளக்குகிறார்கள் லடானே மற்றும் டார்லி.

தங்கள் வகுப்பு மாணவன் ஒருவனை ரோட்டில் காகா வலிப்பு வந்தவனைப்போல் விழச் சொன்னார்கள். ஒருவர் மட்டுமே அந்தப் பக்கம் சென்றபோது அந்த மாணவன் விழ 85% சமயங்களில் அவர் உதவ முயற்சித்தார். ஆனால், குறைந்தது ஐந்து பேராவது அந்தப் பக்கம் செல்கையில் அந்த மாணவன் விழ 31% சமயங்களில் மட்டுமே யாராவது உதவ முன் வந்தார்கள்.

தனியாய் இருக்கும்போது ஓடி உதவ ரெடியாய் இருக்கும் நாம் கூட்டத் தோடு இருக்கும்போது உதவுவதில்லை. ஆக, நாம் அப்படி ஒன்றும் ஈவிரக்கமில்லாத ஜடங்களாகப் போய்விடவில்லை. அட்லீஸ்ட் இன்னமும்!

ஒரு விஷயம் சரியா, தவறா என்று தெரியாதபோது மற்றவர்கள் எதைச் சரி என்கிறார்களோ, எதைச் செய்கிறார்களோ அதுவே சரி என்று நினைப்பது, அவர்கள் செய்வதையே செய்வதும் இந்தக் கோட்பாடே. பலர் ஒன்றைச் சொன்னால் அது சரியாய்த்தான் இருக்கும் என்று நாம் நம்புவதும் இதனாலேயே.

நம்பர் ஒன் பிராண்ட் என்று சில கம்பெனிகள் விளம்பரப்படுத்து கின்றன. தங்கள் பிராண்ட் எப்படிச் சிறந்தது என்று அவர்கள் மெனெக் கெட்டு நம்மை கன்வின்ஸ் செய்ய வேண்டிய அவசியமே இல்லை. மக்களில் பலர் அப்படி நினைக்கிறார்கள் என்று கூறினால் போதுமானது. பலர் வாங்குகிறார்கள் என்றால் நல்ல பிராண்டாகத்தான் இருக்கும், நாமும் வாங்கலாம் என்று நமக்குத் தோன்றுகிறது.

கல்யாணத்திலோ, ஒரு நிகழ்ச்சியிலேயோ பஃபே ஸ்டைல் சாப்பாட்டைச் சாப்பிட்டுத் தட்டை எங்கு போடுவது என்று தேடுகிறோம். குப்பை தொட்டி எதுவும் கண்ணில் படவில்லை. டேபிளில் சாப்பிட்ட தட்டுகள் சில இருப்பதைப் பார்க்கிறோம். அதன் அருகில் நம் தட்டை வைக்கிறோம். ஏற்கனவே சிலர் வைத்திருப்பதால் அதுவே தட்டு வைக்கச் சரியான இடம் என்று நினைக்கிறோம்.

தட்டை விடுங்கள். தற்கொலைக்கே இந்தக் கோட்பாடு பொருந்தும். கலிஃபோர்னியா பல்கலைக்கழக சோஷியாலஜி பேராசிரியர் டேவிட் ஃபிலிப்ஸ் நியூஸ்பேப்பரில் பெரிய அளவில் பிரபலப்படுத்தப்படும் தற்கொலை செய்தியால் அந்தச் சுற்று வட்டாரத்தில் தற்கொலைகள் அதிகமாகின்றன என்று கண்டுபிடித்திருக்கிறார்.

1947 முதல் 1968 வரை நடந்த தற்கொலைகளை ஆராய்ந்ததில், நியூஸ்பேப்பரின் முதல் பக்கத்தில் பிரபலப்படுத்தப்பட்டிருந்த

தற்கொலை செய்தி வந்த இரண்டு மாதத்தில் அதைச் சுற்றியுள்ள பகுதிகளில் சராசரிக்கும் அதிகமாக 58 பேர் தற்கொலை செய்து கொண்டனர் என்பதைப் புள்ளிவிவரங்களுடன் விளக்கியிருக்கிறார்.

சனிப் பிணம் தனி போகாது என்று கேள்விப்பட்டிருக்கிறோம். இங்கு தற்கொலை பிணம் பேச்சுத் துணைக்குத் தனிப் படையைத் தள்ளிக் கொண்டு போயிருக்கிறது!

எதனால் இது? தற்கொலை செய்தி பிரபலமாகும்போது அதைச் செய்தவர்களைப்போல் சோகத்தில் இருக்கும் மற்றவர்களுக்கு தற்கொலை இன்னமும்கூட சரியான தீர்வாகத் தெரிகிறது. இவ்வளவு பேர் செய்துகொள்கிறார்கள் என்றால் நாமும் செய்யலாம், தப்பில்லை என்று மனம் நினைத்துத் தற்கொலைக்கு ஒரு அங்கீகாரம் வந்துவிடுகிறது!

இருநூறு வருடங்களுக்கு முன் ஜெர்மனியில் ஜொஹேன் வான் கெத் என்ற புகழ் பெற்ற எழுத்தாளர் "The sorrows of Young Werther' என்ற கதை எழுதினார். அதில் ஹீரோ வெர்தர் வாழ்க்கையில் மிகவும் துன்பப்பட்டுக் கடைசியில் தற்கொலை செய்து கொள்வான். இக்கதை ஐரோப்பா முழுவதும் பிரபலமடைந்ததோடு கதை நாயகனைப்போல ஐரோப்பா முழுவதும் பலர் தற்கொலை செய்துகொள்ளத் துவங்கப் பல நாடுகள் அப்புத்தகத்துக்குத் தடைவிதித்தன. சீரியல் தொடராக தற்கொலை நடப்பது 'வெர்தர் எஃபெக்ட்' (Werther effect) என்று இன்றும் அழைக்கப்படுகிறது!

அமெரிக்கா, ஐரோப்பாவில்தான் இதெல்லாம் என்று அசால்ட்டாக நினைக்காதீர்கள். சென்னை கோட்டூர்புரத்தில் கூவம் பாலத்திலிருந்து ஒரு பிரபலமானவர் சில வருடம் முன் குதித்து தற்கொலை செய்து கொண்டார். இது பத்திரிக்கைகளில் முதல் பக்கச் செய்தியாக அடிபட்டது. அதன் பின் அதே பாலத்திலிருந்து பலர் தற்கொலை செய்துகொள்ள ஆரம்பித்தனர். பார்த்து சென்னை கார்ப்பரேஷன். 'ஏண்டா இப்படி உங்க உயிரோடு எங்க உயிரையும் சேர்த்து எடுக்கிறீங்க' என்று பாலத்தின் சுவரைப் பெரிதாக்கி யாரும் ஏற முடியாதபடிச் செய்து தற்கொலைகளைத் தடுத்தது.

சமீபத்தில் அடையார் பாலத்திலிருந்து ஒருவர் குதித்து தற்கொலை செய்துகொண்டார். இச்செய்தி பத்திரிக்கையில் பெரிதாக அடிபட இப்போது அந்தப் பாலத்திலிருந்து பலர் குதித்து தற்கொலை செய்து கொள்கிறார்கள். பாழாய்ப் போன பாலத்தை இடித்துவிடலாமா என்று கார்ப்பரேஷன் யோசிக்கிறது. இப்பாலம் என் வீட்டருகேதான் இருக்கிறது. இதைத் தாண்டும் போதெல்லாம் எனக்கே வண்டியை நிறுத்திக் குதித்துப் பார்த்தால் என்ன என்று தோன்றுகிறது!

மற்றவர்கள் என்ன நினைக்கிறார்கள், எப்படி செயல்படுகிறார்கள் என்பதை வைத்தே நம் சிந்தனைகளை, செயல்களை வடிவமைக்

கிறோம். இதுவே சமுக ஆதாரக் கோட்பாட்டின் அடிப்படை. பலர் செய்யும் செயலே மனதுக்குச் சரியானதாகப்படுகிறது. அதுவும் நம்மைப்போலவே இருப்பவர்கள் செயலைப் பார்க்கும்போது அவர்கள் செய்வதைப்போல் செய்யத் தோன்றுகிறது.

நம் மீதே நமக்கு நம்பிக்கையில்லாமல் இருக்கும்போதும், குழப்பமான நிச்சயமற்ற நிலை நிலவும் போதும் இந்தக் கோட்பாடு இன்னும் ஜோராக வேலை செய்யும். அது போன்ற சமயங்களில் நம்மைப் போன்றவர்களைப் பார்த்து அவர்கள் செய்வதே சரி, அதையே நாமும் செய்வோம் என்று செய்யத் தோன்றும்.

இது பெரியவர்களுக்கு மட்டுமல்ல, குழந்தைகளுக்கும் பொருந்தும். பள்ளிகளில் சிகரெட்டுக்கு எதிரான நிகழ்ச்சிகளைப் பள்ளிக் குழந்தைகள் கொண்டு நடத்தும்போது அது பெரிய அளவில் மாணவர்களிடம் தாக்கத்தை ஏற்படுத்துகிறது என்று ஆய்வுகளில் கண்டுபிடிக்கப்பட்டிருக்கிறது.

தங்கள் பேச்சைக் கேட்காத மகனிடம் இனி பேசிப் பிரயோஜனமில்லை என்று அவன் நண்பனிடம் 'ஏம்பா, உன் ஃப்ரெண்ட் தானே, நீ கொஞ்சம் எடுத்துச் சொல்லக் கூடாதா' என்று பெற்றோர்கள் கேட்பது இதனால்தான்!

டெஸ்டிமோனியல் என்னும் விளம்பர உத்தி பிரபலமாக, பவர்ஃபுல்லாக இருப்பதற்குக் காரணமும் இது தான். அழகிய மாடல்கள் கொண்டு விளம்பரப்படுத்தாமல் பொருளை உபயோகித்தவர்களைக் கொண்டு விளம்பரப்படுத்தும் முறைக்கு டெஸ்டிமோனியல் என்று பெயர். பிராண்டை உபயோகித்தவர்கள் என்றில்லை. அழகிய மாடலாக இல்லாமல் பிராண்டை உபயோகித்தவர்கள் போல் தெரியும் சாதாரணமானவர்களைக் கொண்டும் விளம்பரப்படுத்துவார்கள். 'டவ்' சோப் விளம்பரங்கள் இந்த டெக்னிக்கை அதிகம் பயன்படுத்துவதை நீங்கள் பார்த்திருக்கலாம்.

பிரபலங்கள் அல்லது அழகிய மாடல்கள் தோன்றும் விளம்பரங்களைப் பார்க்கும் வாடிக்கையாளர்களுக்கு பிராண்ட் பயன் மீது ஒருவித அவநம்பிக்கை தோன்றக்கூடும். விளம்பரம் சொல்வது போல் பிராண்ட் செய்யுமா என்ற சந்தேகம் வரலாம். இது மாடல்களுக்கும் அழகாய் இருப்பவர்களுக்கும் வேண்டுமானால் பயன்படும், நமக்குப் பயன்படாது என்ற ஒருவிதச் சலிப்பு தோன்றும்.

சாதாரணமாக, நம்மில் ஒருவரைப்போல் இருப்பவர் விளம்பரங்களில் தோன்றி பிராண்டைப் பற்றிப் பேசி, தான் உபயோகித்ததைப்பற்றிக் கூறி, தான் பயன் பெற்ற விதத்தை விளக்கும்போது அந்த விளம்பரத்தைப் பார்க்கும் வாடிக்கையாளர்களுக்கு ஒரு நம்பிக்கை பிறக்கும். 'அட, இவர் நம்மைப் போலிருக்கிறார், இவர் உபயோகித்து நன்றாக இருக்கிறதென்றால் நாமும் உபயோகிக்கலாம் போலிருக்கிறதே'

என்று நினைப்பார்கள். 'அஸ்வினி' ஹேர் ஆயில் விளம்பரங்கள் இதுபோல் அமைந்திருப்பதை நீங்கள் கவனித்திருக்கலாம்.

டொனேஷன் கேட்டு யாராவது வரும்போது மற்றவர்கள் என்ன தந்திருக்கிறார்கள் என்று ரசீது புத்தகத்தைப் புரட்டிப் பார்த்து அதற்கேற்ப தருகிறோம். அதனால் டொனேஷன் கேட்டு வருபவர்கள் ரசீது புத்தகத்தில் தாங்களாகவே பெரிய தொகைகளாக எழுதுவார்கள். இது தெரியாமல் தந்தவர்களை மனதில் திட்டிக்கொண்டே அவர்கள் 'தந்த தொகை'க்கேற்ப அழுது தொலைப்போம்!

இந்தக் கோட்பாடு நம்மைப் பல நேரங்களில் தவறான முடிவுகளை எடுக்கத் தூண்டும். காரிலோ பைக்கிலோ செல்கிறீர்கள். முன்னால் ட்ராஃபிக்ஜாம் போல் தெரிகிறது. வண்டிகள் நிற்கின்றன. காத்திருக்கிறீர்கள்.

முன்னேயிருக்கும் சில வண்டிகள் யூ டர்ன் செய்து வந்த வழி சென்று அடுத்த தெருவில் திரும்புவதைப் பார்க்கிறீர்கள். முன்னே போக முடியாது போலிருக்கிறது, அதுதான் திரும்பி வேறு வழி செல்கிறார்கள் என்று முடிவு செய்கிறீர்கள். யாரையும் கேட்கக்கூடத் தோன்றாமல் நீங்களும் திரும்பி வேறு பாதையில் செல்கிறீர்கள்.

சின்ன ட்ராஃபிக் ஜாமாக இருந்திருக்கலாம். திரும்பிய முதல் வண்டி வேறு எதற்கோ திரும்பியிருக்கலாம். அடுத்த வண்டிகள் அதைப் பார்த்துத் திரும்ப, நீங்களும் அவர்கள் எல்லாரும் செய்வதால் அது சரியாய்த்தான் இருக்கும் என்று திரும்புகிறீர்கள். சமூக ஆதாரக் கோட்பாடு தெளிவாகச் செய்யும் சில்மிஷ சித்து விளையாட்டு இது.

பலர் ஒரு காரியத்தைச் செய்யும்போது அவர்களுக்குத் தெரிந்த ஒன்று நமக்குத் தெரியவில்லை என்று நினைக்கிறோம். நமக்குப் பரிச்சய மில்லாத சூழ்நிலையிலோ, தெரியாத விஷயத்திலோ, புரியாத நிச்சய மற்ற நிலையிலோ கூட்டத்தின் செயல்கள் மீது அதிக நம்பிக்கை வைக்கிறோம். நமக்குத் தெரியவில்லை, அவர்கள் செய்வதே சரி, அதுபோலவே செய்வோம் என்று முடிவு செய்கிறோம். செயல்படுகிறோம்.

வாழ்க்கையில் மட்டுமல்ல, வியாபாரத்திலும் இந்தக் கதைதான். தொழிலில் புலப்படாத விஷயம் இருந்து, அதற்கு விடை தெரியாமல் எந்த வழி செல்வது என்று புரியவில்லை என்று வைத்துக் கொள்வோம். அச்சூழ்நிலையில் மற்ற தொழிலதிபர்கள் என்ன செய்கிறார்கள் என்று பார்த்து அதுவே சரியான வழி என்று நினைக்கிறோம். அவர்கள் சென்ற பாதையில் செல்கிறோம். அவர்கள் மீதே மோதிக் கொள்கிறோம்!

விளம்பரங்களுக்கு எத்தனை செலவழிப்பது என்று தெரியாமல் பலர் தோராயமாகத்தான் செலவழிக்கிறார்கள். 'நான் விளம்பரங்களுக்குச் செலவழிக்கும் தொகையில் சரி பாதி வேஸ்ட் என்று தெரிகிறது.

ஆனால் எந்தப் பாதி என்று தெரியவில்லை' என்றார் ஜான் வானமேக்கர் என்ற தொழிலதிபர்.

அதனால் பலர் போட்டியாளர்கள் எத்தனை செலவழிக்கிறார்கள் என்று பார்த்து அவர்களுக்கு எத்தனை செலவழிக்க வேண்டும் என்று தெரிந்திருக்கிறது, அவர்கள் செலவழித்த தொகையைச் செலவழிப் போம் என்று நினைத்துப் பணத்தை இறைக்கிறார்கள். அவர்கள் போட்டியாளர்களைச் சென்று கேட்டுப் பாருங்கள். அவர்களும் இதையே சொல்வார்கள். மற்றவர்கள் இத்தனை செலவழிக்கிறார்கள் என்றால் அவர்களுக்குத் தெரிந்திருக்கிறது, அவர்களைப்போலச் செலவழிப்போம் என்றுதான் செலவழிக்கிறேன் என்பார்கள். உன்னால் நான் கெட்டேன், என்னால் நீ கெட்டாய் என்று கடைசி வரை தெரியாமல் பணத்தைச் செலவழிக்கிறார்கள்.

கம்பெனிகள் புதுமைகளைப் புகுத்தாமல் பழையதையே, எல்லாரும் செய்வதையே செய்து வருவதற்கும் இந்தக் கோட்பாடே காரணம். இதை விளக்கும் ஒரு பிரபல ஆய்வை விளக்குகிறேன்.

அறை நடுவில் ஏணி வைத்து அதன் மீது வாழைப்பழக் குலை வைத்த ஆய்வாளர்கள் அறையில் ஐந்து குரங்குகளை அனுப்பினார்கள். உள்ளே நுழைந்த குரங்குகளில் ஒன்று வாழைப்பழத்தைப் பார்த்த மாத்திரம் கிடுகிடு வென்று ஏணியில் ஏறி அதை எடுக்க முனைந்தது. வாழைப் பழத்தில் கையை வைத்ததும் ஆய்வாளர்கள் குழாய் மூலம் மேலிருந்து குரங்கின் மீது குளிர்ந்த நீரைப் பாய்ச்சினார்கள். குரங்கு பயந்து கீழே குதித்தது.

முதல் குரங்கு குதித்ததும் இரண்டாவது குரங்கு ஏணியில் ஏறி வாழைப் பழத்தில் கை வைக்க அதன் மீதும் குளிர்ந்த நீர் பாய்ச்சப்பட்டது. அதுவும் பயந்து குதித்தது. இதே கதைதான் மற்ற மூன்று குரங்கு களுக்கும் நடந்தது. சிறிது நேரத்துக்குப் பிறகு, ஏணி மீது வாழைப்பழக் குலை இருந்தும் ஐந்து குரங்குகளுக்கும் ஏறி எடுக்கவேண்டும் என்ற ஆசையே போய்விட்டது.

அதன் பின் ஆய்வாளர்கள் ஒரு குரங்கை அறையிலிருந்து வெளியேற்றி புதிய குரங்கை நுழைத்தார்கள். உள்ளே நுழைந்த ஆறாவது குரங்கு வாழைப்பழக் குலையைப் பார்த்தவுடன் ஏணி மீது ஏற முற்பட மீதி குரங்குகள் அதைத் தடுத்து நிறுத்தின. என்ன காரணத்துக்கோ நம் ஜாதிக்காரர்கள் நம்மைத் தடுக்கிறார்கள் என்று ஆறாவது குரங்கு பழத்தை எடுக்கும் ஆசையைவிட்டது.

ஆய்வாளர்கள் பழைய குரங்குகளை ஒவ்வொன்றாக அறையிலிருந்து அகற்றி புதிய குரங்குகளை நுழைத்தார்கள். ஒவ்வொரு முறையும் புதிதாக நுழையும் குரங்கு வழக்கம் போல் ஏணியில் ஏற முற்பட மற்ற குரங்குகள் அதைத் தடுத்து நிறுத்தின. ஒரு கட்டத்தில் முதலில் நுழைந்த ஐந்து குரங்குகளும் வெளியேற்றப்பட்டு முற்றிலும் புதிய குரங்குகள்

அறையில் இருந்தன. அப்படி இருந்தும் பழைய குரங்குகள் புதிய குரங்கை ஏறவிடாமல் தடுத்தன.

ஒரு விஷயம் புரிகிறதா. இப்பொழுது அறையிலிருந்த ஐந்து குரங்குகளும் ஏணியில் ஏறியதே இல்லை. ஏன் ஏறக்கூடாது என்றும் அவற்றுக்குத் தெரியாது. ஆனாலும் தாங்களும் ஏறாமல் புதியதாய் வந்த குரங்குகளையும் ஏறவிடாமல் தடுத்துக் கொண்டிருந்தன. அந்தக் குரங்குகளிடம் 'ஏன் இப்படி நீயும் ஏறாமல் புதியவர்களையும் ஏறவிடாமல் தடுக்கிறாய்' என்று கேட்டால் அவை என்ன சொல்லும்?

'அதெல்லாம் எனக்குத் தெரியாது. இப்படிதான் ரொம்ப நாளா செய்யறோம்'!

இதுபோலத்தான் பலர் மற்றவர்களைப் பார்த்து அவர்கள் செய்வதைப் போலவே பணி புரியப் பழகிவிட்டனர். மற்றவர்கள் செய்வதுபோல் செய்தால் வெற்றி என்று முடிவு செய்கின்றனர். பலர் செய்வதைச் செய்துகொண்டிருந்தால் போதும் என்று புதியதாய் சிந்திக்க மறுக்கின்றனர். புதுமைகளைப் புகுத்தப் பயப்படுகின்றனர். மற்றவர் செல்லும் பாதையில் செல்வதே ஆபத்தில்லாத வழி என்று நினைக்கின்றனர்.

'இப்படிதான் இங்கு எப்போதும் செய்வோம் என்ற வாக்கியமே உலக மொழிகளில் மகா மோசமான சேதாரம் விளைவிக்கும் வாசகம்' என்கிறார் அமெரிக்க விஞ்ஞானி க்ரேஸ் ஹாப்பர்.

எல்லாரும் செல்கிறார்கள், நாமும் அவ்வழி செல்வோம் என்று கிறிஸ்டஃபர் கொலம்பஸ் நினைத்திருந்தால் அமெரிக்காவைச் சென்று சேர்ந்திருக்கமாட்டார்.

எல்லாரும் மெழுகுவர்த்தியை ஏற்றுகிறார்கள் நாமும் அதையே ஏற்றுவோம் என்று தாமஸ் ஆல்வா எடிசன் நினைத்திருந்தால் பல்பை உருவாக்கியிருக்கமாட்டார்.

அனைவரும் செய்தி சொல்லப் புறாவைப் பயன்படுத்துகிறார்கள், நாமும் புறாவைத் தேடுவோம் என்று அலெக்ஸாண்டர் கிரஹேம் பெல் நினைத்திருந்தால் டெலிஃபோனை உருவாக்கியிருக்கமாட்டார்.

எல்லாரும் ஷாம்புவை பாட்டிலில் விற்கிறார்கள், நாமும் அப்படியே விற்போம் என்று 'சின்னி கிருஷ்ணன்' நினைத்திருந்தால் சாஷேவை உருவாக்கியிருக்கமாட்டார்.

சமூக ஆதாரக் கோட்பாடு ஒருபுறம் கிடக்கட்டும். மற்றவர்கள் செய்கிறார்கள் என்று எதையும் கண் மூடிச் செய்யாதீர்கள். புதிய ரூட்டில் பயணியுங்கள். புதுமை பல்பை ஏற்றுங்கள். புதிய சிந்தனைக்கு ஹலோ சொல்லுங்கள். வெற்றி உங்கள் மீது சாஷே போலில்லாமல் பாட்டில் பாட்டிலாகக் கொட்டும்!

என்னமா கூவுறாண்டா அவன்

தெரிந்தவர், பிடித்தமானவர் ஏதேனும் கேட்டால் மறுக்க முடியாமல் தருகிறோம் என்பது நமக்குத் தெரிந்ததுதான். ஆனால் முன்பின் தெரியாதவர் கேட்பதையும் நம்மை யறியாமல் நிறைவேற்றுகிறோம் என்று கூறினால் ஆச்சரியமாக இருக்கிறதா? இது புரிய நீங்கள் 'விருப்ப விதி' (The liking rule) பற்றித் தெரிந்துகொள்ளவேண்டும்.

'ஆம்வே', 'டப்பர்வேர்' பொருட்களைத் தெரிந்தவர்கள் வந்து விற்கும்போது 'ஏற்கனவே நிறைய இருக்கு வேண்டாம்' என்று கூற முடிகிறதா? அது முடியாமல் ஒன்றுக்கு மேல் ஒன்று வாங்கி கிச்சனில் அந்தப் பொருட் களை வைத்தது போய் அந்தப் பொருட்களுக்கு மத்தியில் கொஞ்சம் கிச்சனை வைத்திருக்கிறோம்!

ஆம்வே விற்பவருக்கு ஆம் என்று கூறியே அதன் ஆண்டு விற்பனை பத்து பில்லியன் டாலர். டப்பர்வேர் விற்பவரை அப்பர், சுந்தரர், திருஞானசம்பந்தர் போல் வரவேற்று, வாங்கி அதன் தினப்படி விற்பனை மூன்று மில்லியன் டாலர்.

இதனாலேயே சேவை சங்கங்கள் டொனேஷன் வாங்கத் தெரிந்தவர்களிடம், அருகில் வசிப்பவர்களிடம் முதலில் கேட்கிறது. 'ஹெல்ப்ஏஜ் இந்தியா' பள்ளி குழந்தைகள் மூலம் டொனேஷன் கலெக்ட் செய்கிறது. பத்து வயது சிறுமி துள்ளி வந்து 'அங்கிள் அநாதை ஓல்ட் பீபிலுக்கு

டொனேஷன் கலெக்ட் பண்றோம், ஹெல்ப் பண்ணுங்க' என்று சிரித்தால் பஸ்ஸுக்குப் போக மீதியை மொத்தமாய் அவளுக்குக் கொடுக்கிறோம்!

பிடித்தமானவர்கள் பல் இளித்தால் பர்ஸ் தருகிறோம், சரி. தெரியாதவர்கள் எப்படி நம் பல்ஸ் புரிந்து பெறுகிறார்கள்?

தெரியாதவர்களிடம் ஏதேனும் கேட்கும்போது, விற்க முயலும்போது முதல் காரியமாக அவர்களை நம்மைப் பிடிக்கச் செய்தால் போதும். கேட்டது கிடைக்கும். விற்பனை நடக்கும்.

ஜோ ஜிரார்ட் என்பவர் டெட்ராய்ட் நகரிலுள்ள சேல்ஸ்மென். கார் விற்பதில் கில்லாடி. சராசரியாக ஒரு நாளைக்கு ஐந்து கார் விற்பார்! அவருடைய வருடாந்திர கமிஷன் மட்டும் இரண்டு லட்சம் டாலர். 'உலகின் தலை சிறந்த கார் சேல்ஸ்மென்' என்று 'கின்னஸ்' இவருக்குப் பட்டமே அளித்தது. பட்டம் தர வந்த கின்னஸ் ஆட்களிடமே பேசி தாஜா செய்து ஜோ காரை விற்றார் என்றால் பார்த்துக் கொள்ளுங்கள்!

'சரியான விலை தருவேன், வாங்குபவருக்கு என்னைப் பிடிக்கும்படி நடந்துகொள்வேன், இதுவே என் வெற்றியின் ரகசியம்' என்கிறார் ஜோ.

எல்லா சேல்ஸ்மென்னும் சரியான விலை தர முடியும். அது ஒரு பெரிய மேட்டரே அல்ல. ஆனால் அவர் இரண்டாவது சொன்னார் பாருங்கள், அதில்தான் சூட்சமம் இருக்கிறது.

கஸ்டமரிடம் சிரித்து, மரியாதையாய் பேசினால் போதும் என்றே பல சேல்ஸ்மென் நினைக்கிறார்கள். ஜோ ஒரு படி மேலே சென்று ஊரிலுள்ள கார் வாங்க முடிந்த பொடென்ஷியல் கஸ்டமர்களுக்கு புது வருடம் முதல் கிறிஸ்துமஸ் வரை கிரீட்டிங் கார்ட் அனுப்புவார். அதில் தன் கைபட ஒரு வரி எழுதுவார்: 'ஐ லைக் யூ'.

முகஸ்துதிக்கு மயங்காதவர்கள் உண்டா. ஒருவருக்கு நம்மைப் பிடித்திருக்கிறது என்றால் அது அவர் சுயநலத்துக்கே என்றாலும் அவர் மேல் ஈர்ப்பு வருகிறது. அவர் வெண்ணெயாய் நம்மிடம் பேசிவிட்டால் நம் கண் சொருகி, மனம் உருகி அவர் ஊதுவதற்கேற்ப படமெடுத்து ஆடத் துவங்குகிறோம்.

'என்னமா கூவுறான்டா அவன்' என்பது சிரிக்க வைக்கும் சினிமா வசனம் மட்டுமல்ல; சீரியஸ் சைக்காலஜி மேட்டரும் கூட!

தெரியாத நபர் தெரிந்த ஒருவர் மூலமாக அணுகியும் நினைத்த காரியத்தைச் சாதிக்க முடியும். 'ரீடர்ஸ் டைஜஸ்ட்' பத்திரிக்கை இம்முறையைக் கையாள்வதில் கிங். தன் சந்தாகாரர்களிடம்

அவர்களுக்குத் தெரிந்தவர்கள் பெயர், விலாசத்தைக் கேட்டு வாங்கும். அதன் பின் அவர்களுக்குக் கடிதம் அனுப்பி 'உங்களுக்குத் தெரிந்தவரான இன்னார் எங்கள் சந்தாதாரர். அவர் உங்கள் பெயரைத் தந்து நீங்களும் எங்கள் பத்திரிகையை வாங்கிப் பயனடையவேண்டும் என்று ஆசைப்படுகிறார். எங்கள் சந்தாதாரராகுங்கள்' என்று அன்புடன் கேட்கும்.

கடிதம் பெற்றவரும் 'ஆஹா நமக்கு வேண்டப்பட்டவருக்குத்தான் நம் மேல் எத்தனை பிரியம்' என்று சந்தாவைப் பந்தாவாக அனுப்புவார். இப்படிச் செய்தே தன் விற்பனையைக் கற்பனை செய்து பார்க்க முடியாத அளவுக்கு அதிகமாக்கிக்கொண்டு வருகிறது ரீடர்ஸ் டைஜஸ்ட்!

கேட்டதைப் பெற, நினைத்தது நடக்க மற்றவருக்குப் பிடித்தவராக எப்படி நம்மை மாற்றுவது? அதற்கு ஒரு ஈசியான வழி உண்டு. பார்க்க அழகாய் இருந்தால் போதும். அழகாய் இருப்பவர்கள் ஈசியாய் தாங்கள் நினைத்ததைச் செய்யமுடிகிறது என்று பல ஆய்வுகள் மூலம் நிரூபிக்கப் பட்டிருக்கிறது. விற்பனை பிரதிநிதி முதல் அரசியல்வாதிவரைப் பார்க்க நன்றாய் இருப்பவர் வரலாறு காணாத வெற்றி பெறுகிறார்.

ஒருவர் பாஸிடிவ் குணாதிசயம் மற்றவர் அவரை பார்க்கும் கோணத்தையே பாஸிடிவ்வாக மாற்றுகிறது. இதை 'ஹாலோ எஃபெக்ட்' (Halo effect) என்கிறார்கள். அழகாய் இருப்பது அப்படிபட்ட ஒரு குணாதிசயம் என்கிறார்கள் வல்லுனர்கள். சிவப்பா இருக்கறவன் பொய் சொல்ல மாட்டான் என்று சும்மாவா சொன்னார்கள்!

பல ஆய்வுகள் தெளிவாக நிரூபித்திருப்பது இதையே. பார்க்க நன்றாக இருப்பவர்கள் நல்லவர்களாக, வல்லவர்களாக, திறமையானவர் களாக, அன்பானவர்களாக, நாணயமானவர்களாக, புத்திசாலிகளாக இருப்பார்கள் என்று உலகம் நினைக்கிறது. இதில் என்ன வேடிக்கை என்றால் அவர்கள் பார்க்க நன்றாக இருப்பதால்தான் இப்படி நினைக்கிறோம் என்பதை நாம் உணர்வதில்லை.

கனடா நாட்டு ஆய்வு ஒன்றில் அந்நாட்டுத் தேர்தல்களில் பார்க்க நன்றாக இருந்தவர்கள் மற்றவர்களைவிட இரண்டு மடங்கு அதிகம் ஓட்டு வாங்குவது தெரிந்திருக்கிறது. இது ஏதோ ஒரு தேர்தலில் மட்டுமல்ல. பல தேர்தல் முடிவுகளையும் பல்லாயிரக்கணக்கான மக்களிடம் பேசித் தெரிந்துகொண்ட விஷயம். மக்களிடம் நேராகக் கேட்கும்போது இதை அவர்கள் ஒத்துக்கொள்வதில்லை. அவ்வளவே.

கம்பெனிகளில் பணிக்கு ஆட்கள் எடுப்பதிலும் அழகு ஒரு காரணியாய் அமைகிறது என்று பல ஆய்வுகள் கூறியிருக்கின்றன. இண்டெர்யூவுக்கு டிப் டாப்பாய் போ என்று கூறுவது இதனால்தான்.

நம் நாட்டு அரசியல்வாதிகள் தலையை டை அடித்துக்கொண்டு, கூலிங் கிளாஸ் அணிந்துகொண்டு, வெள்ளையும் சொள்ளையுமாக வலம் வருவதன் காரணம் இப்பொழுது புரிந்திருக்குமே. நரேந்திர மோடி விதவிதமாய் உடையணிந்து அமர்க்களமாய்ப் புது மாப்பிள்ளை போல் பவனி வருவதும் இந்தக் காரணத்துக்குத்தான்!

பெற்றோர் செய்த பாவத்தால் அழகாய்ப் பிறந்து தொலைக்காதவர்கள் என்ன செய்வது? உருவத்தை அழகாக்குங்கள் என்கிறார்கள் சோஷியல் சயின்டிஸ்ட்ஸ். டிப்டாப்பாய் உடையணிந்து, வழவழவென்று ஷேவ் செய்து, கருகருவென்று கிராப்புடன், பளபளவென்று சிரித்த முகம் இருந்தாலும் கேட்டதைப் பெற்று, இருப்பதை விற்கலாம். சிறந்த சேல்ஸ்மென்கள் இப்படிதான் விற்கிறார்கள். ஆள் பாதி; மீதி ஆடை தானே!

நினைத்ததைப் பெற இன்னொரு வழி உண்டு. நம்மைப் போன்றவர், நம் குணாதிசயம் கொண்டவர், நம் ஊர்க்காரர் என்றால் அவரை நமக்குப் பிடிக்கிறது. ஆயுள் காப்பீடு துறை விற்பனையை ஆராய்ந்ததில் வாடிக்கையாளரின் வயது, மதம், ஜாதியை ஒத்த விற்பனையாளர் அதிகம் விற்கிறார் என்று கண்டுபிடித்திருக்கிறார்கள்.

இத்தனை ஏன், சிகரெட் பிடிப்பவரை இன்னொரு சிகரெட் பிடிப்பவருக்கு எளிதில் பிடித்துவிடுமாம்!

இதனாலேயே விற்பனை பயிற்சி வகுப்புகளில் விற்பனையாளர்களை வாடிக்கையாளரின் நடை, உடை, பாவனை, பாடி லாங்குவேஜ், பேசும் விதம் போன்றவற்றைப் பிரதிபலித்து அதுபோலவே நடந்து கொள்ளப் பழக்குகிறார்கள். இப்படிச் செய்வதால் விற்பனை அதிகரிக்கிறது என்பது ஆய்வுகளில் நிரூபிக்கப்பட்டிருக்கிறது.

எழுத்தாளர் ஐசக் அசிமாவ் இதை விளக்கும் வகையில் 'நம் ஊர்காரன், நம் மதக்காரன், நம் ஜாதிக்காரன் யாரென்று பார்த்து அவனை சப்போர்ட் செய்கிறோம். அவன் நம்மைப் பிரதிபலிப்பதாய், நம் பிரதிநிதியாகவே நம்புகிறோம். அதனால்தான் அவன் ஜெயித்தால் நாம் ஜெயித்தது போல் கொண்டாடுகிறோம்' என்றார்.

தெரிந்தவர், தெரிந்த விஷயம் மீதான ஈர்ப்பை விளக்கும் இன்னொரு ஆய்வு அமெரிக்காவில் மில்வாக்கி நகரில் நடந்தது. ஆய்வில் பங்கு பெற்றவர்களின் ஃபோட்டோ எடுக்கப்பட்டது. ரெகுலர் ஃபோட்டோவும், ரிவர்ஸ் முறையில் ஒரு ஃபோட்டோவும் எடுக்கப்பட்டன.

அது என்ன ரிவர்ஸ் ஃபோட்டோ? இடப்புற முகம் வலது புறமும் வலப்புற முகம் இடது புறமும் இடம் மாற்றப்பட்ட வகையில்

கிராஃபிக்ஸ் கொண்டு தயாரிக்கப்பட்ட ஃபோட்டோ. இரண்டு படங்களும் ஃபோட்டோவில் இருப்பவருக்கும் அவர் நண்பர்களுக்கும் காட்டப்பட்டு எந்த முகம் பிடித்திருக்கிறது என்று கேட்கப்பட்டது. நண்பர்களுக்கு நார்மல் ஃபோட்டோ பிடிக்க முகத்தின் சொந்தக்காரருக்கு ரிவர்ஸ் ஃபோட்டோ பிடித்திருந்தது.

ஏன் என்று புரிகிறதா? ரிவர்ஸ் ஃபோட்டோ என்பது கண்ணாடியில் முகம் எப்படி தெரியுமோ அதுபோல் இருப்பது. இதைத்தான் நீங்கள் தினமும் பார்க்கிறீர்கள். இந்த முகம் உங்களுக்குப் பரிச்சயமானதால் அதைப் பிரதிபலிக்கும் ஃபோட்டோ பிடிக்கிறது. நண்பர்கள் பார்ப்பது உங்கள் முகம் தோன்றும் நார்மல் ஃபோட்டோபோல. அதனால் அவர்களுக்கு அந்த முகத்தைப் பிரதிபலிக்கும் ஃபோட்டோ பிடிக்கிறது.

ஹாலிவுட் நடிகர் மெக்லீன் ஸ்டீவென்சன் ஒரு முறை தன் மனைவி தன்னை ஏமாற்றித் திருமணம் செய்துகொண்டார் என்றார். எப்படி என்ற கேட்டபோது 'என்னைப் பிடித்திருக்கிறது என்று சொன்னார்' என்றார்.

சிரிக்க மட்டுமல்ல, விருப்ப விதி பற்றிச் சிந்திக்கவும் வைக்கும் கமெண்ட்.

- 13 -

சொன்னபடி கேளு, மக்கர் பண்ணாதே

மருத்துவக் கல்லூரியின் முதல் நாள். மாணவர்கள் ஆவலுடன் அமர்ந்திருக்கக் கல்லூரி டீன் அவர்கள் முன் நின்று ஆரம்பிக்கிறார்: 'மருத்துவப் படிப்பில் நீங்கள் முதலில் கற்க வேண்டியது இரண்டு பாடங்களை' என்று கூறித் தன் முன்னால் இருந்த கிளாஸை எடுக்கிறார். மாணவர்களையும் அவர்கள் முன்னால் இருக்கும் கிளாஸை எடுக்கச் சொல்கிறார்.

'என் கிளாஸிலும் உங்கள் கிளாஸிலும் உள்ள மஞ்சள் கலர் திரவம் என்ன என்பது புரிந்திருக்கும்' என்றவர் அதில் அனைவரையும் விரலை வைக்கச் சொல்லித் தானும் வைக்கிறார்.

'இப்போது விரலை வாயில் வையுங்கள்' என்று கூறித் தானும் வைக்கிறார். முகத்தைச் சுளித்தவாறே மாணவர்கள் செய்ய 'மருத்துவப் படிப்பின் முதல் பாடம் சகித்துக் கொள்ளும் குணம்' என்கிறார் டீன்.

நீங்களும் ஏன் முகத்தைச் சுளித்துக் கொள்கிறீர்கள்? என் எழுத்தைச் சகித்துக்கொண்டு மேலே படியுங்கள்.

கண்றாவி என்று தெரிந்தும் மாணவர்கள் ஏன் அப்படிச் செய்தார்கள்? அவர்கள் மட்டுமல்ல, நாம் அனைவருமே பொதுவாக அதிகாரத்துக்குக் கட்டுப்படுபவர்கள். ஆழ் மனதில் அதிகாரத்துக்கு மதிப்புத் தரவேண்டும் என்று

நினைப்பவர்கள். அதிகாரத்துக்கு இணங்கிக் கட்டுப்பட்டு நடக்கும் குணம் உடையவர்கள். இதற்குக் காரணம் 'அதிகாரக் கோட்பாடு' (Authority principle).

யேல் பல்கலைக்கழக சைக்காலஜி ப்ரொஃபஸர் ஸ்டேன்லி மில்க்ராம் இரண்டாம் உலகப் போரில் ஹிட்லரின் கொடூரமான ஆணைக்கு இணங்கி ஆயிரக்கணக்கில் யூதர்களைக் கொன்று குவித்த ஜெர்மானிய வீரர்களின் செயலுக்கு என்ன காரணம் இருக்க முடியும் என்று ஐரோப்பா சென்று ஆராய நினைத்தார். அதற்கு முன் தன் கல்லூரியிலேயே சிறிய ஆராய்ச்சி ஒன்றைச் செய்தார்.

அறையில் ஒருவர் அமர்ந்திருக்க அவர் உடம்பெங்கும் ஒயர்களால் பின்னியிருக்கும்படிச் செய்தார். ஆய்வில் கலந்து கொண்டவர்களை அவரிடம் சில கேள்வி கேட்கச் செய்து தவறான பதிலளித்தால், கேள்வி கேட்பவர் தன் முன்னிருக்கும் ஸ்விட்சைத் தட்ட அறையில் இருப்பவருக்கு ஷாக் அடிப்பது போல் செய்தார். அடுத்தடுத்து தவறான பதில்கள் வர ஷாக்கின் அளவு கூடிக்கொண்டே போவது போலும் செய்தார். ஆய்வில் கலந்து கொண்டவர்கள் கேள்வி கேட்க அறையிலிருப்பவர் தவறான பதில் தர, கேள்வி கேட்டவர் மில்க்ராமைப் பார்க்க, அவர் 'ஷாக் கொடு' என்றார். ஆய்வில் கலந்துகொண்டவர்கள் இஷ்டமில்லாமல் ஸ்விட்சைத் தட்டினார்கள்.

போகப் போக தவறான பதில்கள் வரக் கேள்வி கேட்பவர்களுக்கு அவர் மேல் இரக்கம் ஏற்பட்டாலும் மில்க்ராமுக்குப் பயந்து ஸ்விட்சை தட்டினார்கள். சிறிது நேரத்துக்குப் பின் அறையிலிருப்பவர் 'எனக்கு முடியவில்லை, விட்டுவிடுங்கள்' என்று கதறியும் ஆய்வில் கலந்து கொண்டவர்கள் அறையிலிருப்பவர் மேல் பரிதாபம் இருந்தும் கேள்வி கேட்பதை, ஷாக் தருவதை நிறுத்தவில்லை. இந்த ஆய்வை மில்க்ராம் பல தடவை, பல பேருடன் செய்தும் இதுபோலவேதான் நடந்தது.

ஆய்வில் Boss என்ற அதிகாரத்தில் அமர்ந்திருந்த தன் ஆணைக்குக் கட்டுப்பட்டதால் இது நடந்தது என்கிறார் மில்க்ராம்.

ஆய்வில் கலந்து கொண்டவர்கள் ஈவிரக்கம் இல்லாதவர்கள் என்று நினைக்காதீர்கள். அறையிலிருப்பவர் மீது இரக்கப்பட்டு அவரை விட்டுவிடுங்கள் என்று மில்க்ராமிடம் எவ்வளவோ கெஞ்சினார்கள். இருந்தும் மில்க்ராமின் ஆணைக்குக் கட்டுபட்டு நடந்து கொண்டார்கள். பெண்களாக இருந்தால் இப்படிச் செய்திருக்க மாட்டார்கள் என்று நினைக்காதீர்கள். ஆய்வில் பல பெண்களும் இருந்தார்கள்.

'இந்த ஆய்வின் மூலம் அதிகாரத்தின் மகிமையை, மனிதர்கள் நடத்தையைக் கட்டுப்படுத்தும் அதன் சக்தியை உணர்ந்தேன்' என்கிறார்

மில்க்ராம். 'ஜெர்மனி வீரர்கள் செய்ததன் காரணம் புரிந்தது. அங்கு சென்று ஆய்வு செய்யும் எண்ணத்தையே கைவிட்டேன்' என்றார்.

இந்த மில்க்ராமுக்கு ஈவிரக்கமே இல்லை என்று நினைத்துவிடாதீர்கள். அவர் உண்மையில் யாருக்கும் ஷாக் தரவில்லை. அறையில் அமர்ந்து பதிலளித்தவர் ஒரு நடிகர். ஷாக் தரப்பட்டதுபோல் நடித்தார். அவ்வளவே!

பிறந்தது முதல் அதிகாரத்துக்குக் கீழ்படியக் கற்றுத் தரப்படுகிறோம். சொல் பேச்சு கேளாமை தவறு என்று கேட்டுப் பழகிவிட்டோம். பள்ளிக்கூடத்தில் ஆரம்பித்து அலுவலகம் வரை, ஆஸ்திகம் துவங்கி அரசாங்கம் வரை அதிகாரத்துக்குக் கட்டுப்படுவது என்பது நம் ரத்தத்தில் ஊறிப்போன ஒன்று.

அங்கீகரிக்கப்பட்ட அதிகார மையம் அறிவுறுத்தும் விஷயம் எல்லா நிலைமையிலும் நாம் நடந்துகொள்ள வேண்டிய முறையை எளிதாக்குகிறது. அதிகாரத்துக்கு உட்பட்டு நடப்பது பிராக்டிகலாக நமக்குப் பயனளிக்கும் ஒன்று என்கிறார் மில்க்ராம்.

சிறு வயதில் பெற்றோர்கள் சொல்வதைக் கேட்கிறோம். பள்ளி, கல்லூரியில் ஆசிரியர் சொல்வதைக் கேட்கிறோம். அவர்களுக்கு நம்மைவிட அதிகம் தெரியும் என்பது ஒரு காரணம். சொல்வதைக் கேட்டால் பரிசு கிடைக்கும் என்ற ஆசையும் கேட்கவில்லை என்றால் தண்டனை கிடைக்கும் என்ற பயமும் காரணம்.

பெரியவர்களானதும் நம் அதிகார மையம் என்பது மேலாளர்கள், அரசாங்க விதிகள், நீதிபதிகள் என்று மாறினாலும் அதிகாரத்துக்குக் கட்டுப்படுவதற்கு நாம் மறப்பதில்லை. சிறு வயதில் அதிகாரத்துக்குக் கட்டுப்படுவதன் பயன் புரிந்து அதுபோலவே வளர்ந்த பின்னும் நடக்கத் துவங்கி அப்படியே வாழவும் பழகிவிடுகிறோம்.

கேள்வி கேட்காமல், கண் மூடிச் சொல்வதைச் செய்ய நாம் பழகிவிட்ட இன்னொரு அதிகார மையம் டாக்டர்கள். நம் நலம் முக்கியம், அதைப் பாதுகாப்பவர் டாக்டர். அதோடு உடம்பு என்பது நமக்கு எதுவுமே தெரியாத விஷயம். இதனால் அதிகார லிஸ்ட்டில் டாக்டரையும் சேர்த்து விட்டோம். அவர் சொல்வதற்கு மேல் மார்க்கம் கிடையாது, கேட்கா விட்டால் மேலே செல்வதைத் தவிர வேறு மார்க்கம் கிடையாது என்று நினைக்கிறோம்.

இதன் ஒரு வெளிப்பாட்டை விளம்பரங்களில் பார்க்கிறீர்கள். விளம்பரத்தில் ஒரு டாக்டர் தோன்றி பிராண்டைப் பரிந்துரைத்தால் நம்மை அறியாமலேயே அந்த பிராண்ட் மீது நல்ல அபிப்ராயம் உருவாகிறது. டாக்டர் சொன்னால் சரியாய் இருக்கும் என்று தோன்றுகிறது.

இதைச் சில பிராண்டுகள் சிறப்பாகப் பிரயோகித்துப் பயனடை கின்றன. அந்த லிஸ்டில் கில்லாடி கிங் 'கோல்கேட்' டூத்பேஸ்ட். காலகாலமாகப் பல் டாக்டரை விளம்பரங்களில் காட்டியே நம்மை பல் இளிக்க வைத்திருக்கிறார்கள். அதனால்தான் எந்தப் பல் டாக்டரைப் பார்த்தாலும் 'நீங்க தானே கோல்கேட் விளம்பரத்தில் வருபவர்' என்று கேட்கத் தோன்றுகிறது!

விளம்பரத்தில் தோன்றுபவர் எம்.பி.பி.எஸ் படித்த டாக்டராக இருக்க வேண்டும் என்று அவசியமில்லை. டாக்டர் போல் உடையணிந்து, டாக்டர்போல் தோற்றமளித்தால் போதும். அவரை டாக்டராகவே பாவித்து அவர் சொல் பேச்சுக் கேட்க மக்கள் ரெடி. 'லைஃப்பாய்', 'லைஸால்', 'டெட்டால்' என்று ஒரு பெரிய பிராண்ட் கூட்டமே இந்த டாக்டர் விளையாட்டை விளையாடி நமக்கு டீவியில் வைத்தியம் பார்த்து வருகிறது.

இதில் முக்கியமான விஷயம் விளம்பரத்தில் தோன்றுபவருக்கு டாக்டர் போல் மதிப்பான தோற்றம், தோரணையும் இருக்கவேண்டும். டாக்டர் போல் நடிப்பவர் பிரபல நடிகராக இருந்தால் அவரை யாரும் டாக்டராக பாவிக்கமாட்டார்கள். அந்த நடிகர் பெயரைச் சொல்லி 'டேய் இவருடா' என்று சிரிப்பார்கள்.

டாக்டர் என்றதும் நினைவுக்கு வருகிறது. ஆரம்பத்தில் நாம் பார்த்த மருத்துவக் கல்லூரி டீன் மருத்துவப் படிப்பில் முக்கிய பாடங்கள் இரண்டு இருப்பதாகக் கூறினார். அதில் ஒன்றை மட்டும்தானே பார்த்தோம். அடுத்த பாடம் என்ன என்பதையும் அவரே விளக்கினார்.

'மருத்துவப் படிப்பில் நீங்கள் கற்கவேண்டிய இரண்டாவது பாடம் கூர்ந்து கவனிக்கும் திறன். நான் ஆள்காட்டி விரலை கிளாஸில் வைத்தேன். ஆனால், நாக்கில் வைத்தது என் நடு விரலை!'

டிப் டாப் ஆசாமியும் சைக்காலஜியும்

அதிகாரக் கோட்பாட்டைப்பற்றி போன அத்தியாயத்தில் பார்த்தோம். அதிகார மையங்களைப்பற்றி இந்த அத்தியாயத்தில் பார்ப்போம்.

பொதுவாகவே நம்மில் பலர் ஆழ் மனதில் அதிகாரத்துக்குக் கட்டுப்படுபவர்கள். பெற்றோர்கள், பெரியவர்கள், மேலாளர்கள், போலீஸ், டாக்டர்கள், சட்டம், அரசாங்கம் போன்ற அதிகார மையங்கள் சொல்படி நடப்பவர்கள்.

அதிகார மையமாக இருக்கவேண்டும் என்று அவசியமல்ல. அதிகாரத் தோற்றம், தோரணை, சின்னமாய் இருந்தாலும் போதும். அதற்குக் கட்டுபட பலர் ரெடி. அத்தகைய மூன்று அதிகாரச் சின்னங்களை, அவை வாழ்விலும் வியாபாரத்திலும் ஏற்படுத்தும் தாக்கத்தைப் பற்றிப் பேசலாம் என்றிருக்கிறேன். என் அதிகாரத்துக்குக் கட்டுப்பட்டு இதை மரியாதையாகப் படிக்கவும் என்று சொல்லமாட்டேன். இஷ்டமிருந்தால் தொடரவும்.

பதவிகள்

பதவி என்பது கிடைப்பதற்குக் கடினமான அதிகாரச் சின்னம். சில நேரத்தில் கிடைப்பதற்கு எளிதான சின்னமும் கூட. பயங்கரமாய்ப் படித்து, படாதபாடு பட்டுப் பணி செய்து, பல காலம் காத்திருந்து பதவியை அடைவது ஒரு

வழி. சரியான வழி. கடினமான வழி. இப்படித்தான் நடக்க வேண்டும்.

இது எதையும் செய்யாமல், வெறும் பதவியைப் பெயரோடு சேர்த்துக் கொண்டு அதிகார மையம் போல் வலம் வருவது இன்னொரு வழி. ஈசியான வழி. இப்படிச் செய்யக்கூடாது. ஆனால் சில நேரங்களில் நடக்கிறது.

உதாரணத்துக்கு, டாக்டர் ஓர் அதிகாரச் சின்னம். அவர் என்ன சொன்னாலும் கைகட்டி, வாய் பொத்தி, தலையாட்டி சிரமேற்கொண்டு செய்கிறோம். தினம் காலை வாக்கிங் செய்யுங்கள் என்று கூறினால் இரவு தூக்கத்திலேயே நடக்கத் துவங்குகிறோம். பச்சை காய்கறி சாப்பிடுங்கள் என்றால் மாடு மேய்வது போல் மேய்ந்து தலையில் கொம்பு முளைக்கும்வரை தழை தின்கிறோம்.

டாக்டர் என்ற பதவி அவருக்குத் தரும் அதிகாரம் இது. டாக்டர் என்ற அதிகாரச் சின்னம் பெற அவர் படித்திருக்கவேண்டும். பாடுபட்டிருக்க வேண்டும். நூற்றுக்கு நூற்றிரண்டு மார்க் பெற்றிருக்கவேண்டும். இஷ்ட தெய்வங்களின் அனுக்ரஹம் வேண்டும். அஃப் கோர்ஸ் இது இல்லாமல் வேறு வழிகளிலும் பெற்றிருக்கலாம். அதைச் சொன்னால் சில டாக்டர்கள் கோபப்பட்டு ஊசி போட வருவார்கள்.

வெறும் வெள்ளை கோட்டுடன், எம்பிபிஎஸ், எம்டி, எஃப்ஆர்சிஎஸ் என்று எதையுமே படிக்காத, இதெல்லாம் என்னவென்றே தெரியாத ஒருவர் டாக்டர் தோரணையுடன் வந்து இதைச் செய்யுங்கள், அதை வாங்குங்கள் என்று சொன்னால் கேட்பீர்களா?

சே, மாட்டேன் என்று சொல்லாதீர்கள். அவர் சொல்வதைத் தலையாட்டிக் கேட்கிறீர்கள். அதை நீங்கள் உணர்வதில்லை, அவ்வளவே. அசலில்லாத அதிகாரச் சின்னம் எப்படி அசால்ட்டாய் வேலை செய்கிறது என்பதைப் பார்ப்போம்.

டாக்டர் போலிருப்பவர் விளம்பரத்தில் தோன்றி பிராண்டைப் பரிந்துரைக்கும்போது அந்த விளம்பரம் உங்கள் எண்ணத்தைக் கவர்கிறதா இல்லையா. விளம்பரத்தில் தோன்றும் டாக்டரின் அறிவுரை உங்கள் கவனத்தைக் கவர்ந்து அந்த பிராண்ட் உங்கள் நம்பிக்கையைப் பெறுகிறதே. எத்தனை முறை உங்களை அறியாமல் அந்த டாக்டரை நம்பியிருக்கிறீர்கள்? அதனாலேயே பல பிராண்டுகள் கையில் வெள்ளைக் கோட்டுடன் விளம்பரம் செய்ய அலைகின்றன.

'கோல்கேட்' ஒரு படி மேலே சென்று தன் விளம்பரத்தில் 'இந்திய டெண்டல் அசோசியேஷன்' சான்றுரைக்கிறது என்கிறது. டாக்டர்கள் சங்கம் வைத்து செளக்கியமாக செட்டில் ஆயிருக்கிறார்களா? எங்கே

இருக்கிறது அந்த சங்கம்? எதை வைத்து கோல்கேட்டைச் சான்றுரைக்கிறது என்று கேட்கத் தோன்றுவதில்லை. டாக்டர் என்பது அதிகாரச் சின்னம். டாக்டர்கள் அசோசியேஷன் என்றால் அது அதிகாரத்துக்கெல்லாம் அதிபதி. அதிகார நந்தி. அது சொன்னால் சரியாய்த்தான் இருக்கும். ஏதாவது கேள்வி கேட்டால் தெய்வ குத்தம் என்று கன்னத்தில் போட்டு நமஸ்கரித்து நம்புகிறீர்கள். கோல் கேட்டுக்கு உங்கள் வீட்டு கேட்டை திறந்து பூரண கும்ப மரியாதையுடன் ஆரத்தி எடுத்து வரவேற்கிறீர்கள்.

அது போல் டீச்சர் என்றால் சமுதாயத்தில் இன்னமும் மிச்சம் மீதி மதிப்பும் மரியாதையும் கொஞ்சம் இருக்கவே செய்கிறது. டீச்சர் போன்ற தோரணையுடன் விளம்பரத்தில் ஒருவர் தோன்றி பிராண்டைப் போற்றிப் பேசினால் நம்மை அறியாமல் அந்த பிராண்ட் மீது ஒரு ஈர்ப்பு வருகிறது.

ஒரு காலத்தில் 'இந்துஸ்தான் யூனிலீவர்' இந்த டெக்னிக்கை 'பாண்ட்ஸ் ட்ரீம்ஃப்ளவர்' முகப்பவுடர் விளம்பரங்களில் அமோகமாகப் பயன்படுத்தியது. ஒன்றல்ல, இரண்டல்ல; பல வருடங்கள், பல விளம்பரங்களில் டீச்சரைக் கொண்டு அனைவரின் முகத்திலும் பவுடர் போட்டது!

பதவிகள் மனித எண்ணங்களை, மனதை இன்னொருவிதத்திலும் பாதிக்கின்றன. உயர் பதவிகளில் இருப்பவர்கள் உயரமானவர்களாக இருப்பார்கள் என்று மனித மனம் நினைக்கிறது. இதை விளக்கும் ஆய்வு ஒன்று ஆஸ்திரேலியாவில் நடந்தது. ஒரு கல்லூரியில் வெவ்வேறு வகுப்புகளுக்கு ஒருவர் வரவழைக்கப்பட்டு அவர் இங்கிலாந்து கேம்ப்ரிட்ஜ் பல்கலைக்கழகத்திலிருந்து வருபவர் என்று மாணவர்களிடம் அறிமுகப்படுத்தப்பட்டார்.

ஆனால், அவர் ஒவ்வொரு வகுப்பிலும் வெவ்வேறு விதம் அறிமுகப் படுத்தப்பட்டார். ஒரு வகுப்பில் அவர் மாணவர் என்றும், இரண்டாவது வகுப்பில் அவர் லெக்சரர் என்றும், மூன்றாவது வகுப்பில் சீனியர் லெக்சரர் என்றும் நான்காவது வகுப்பில் அவர் ஒரு ப்ரொஃபசர் என்றும் அறிமுகப்படுத்தப்பட்டார்.

அவர் சென்ற பின் ஒவ்வொரு வகுப்பு மாணவர்களிடமும் அவர் என்ன உயரம் இருந்தார் என்று கேட்கப்பட்டது. மாணவராக அறிமுகப் படுத்தப்பட்ட வகுப்பு மாணவர்கள் அவர் உயரத்தைத் தோராயமாகக் கணித்து ஒன்றைச் சொன்னார்கள். அவர் லெக்சரர் என்று அறிமுகப் படுத்தப்பட்ட வகுப்பு அதைவிட அரை இன்ச் அதிகமாகக் கூறினார்கள். இப்படியே அவர் பதவி உயர உயர அவர் உயரமும் அரை இன்ச் உயர்ந்துகொண்டே சென்று கடைசியில் அவர் ப்ரொஃபசராக

அறிமுகப்படுத்தப்பட்ட மாணவர்கள் மத்தியில் சுமார் இரண்டரை இன்ச் உயரமாகத் தெரிந்தார்!

உயர் பதவியில் இருப்பவர்கள் உயரமாகத்தான் இருப்பார்கள் என்று நம்புகிறது மனித மனம்!

துணிமணிகள்

அணியும் துணிமணியும் அதிகாரச் சின்னம்தான். அணியாமல் இருந்தாலும் அதிகாரச் சின்னமே. ஆனால் அந்த மேட்டருக்குள் நுழையவேண்டாம். இது 'பிசினஸ் சைக்காலஜி' புத்தகம். அணியாமல் இருக்கும் அவலங்களுக்கு மார்னிங் ஷோ மலையாளப் படங்களை அணுகவும்.

போலீஸ்காரராக இருக்கவேண்டும் என்று அவசியமில்லை. போலீஸ் உடையணிந்து கொண்டு ஒருவர் வந்தால் போதுமானது. அதுபோல் தொழிலதிபர் என்று பெயர் பலகை வைத்துத்தான் புரியவைக்க வேண்டும் என்றில்லை. கோட்டும் சூட்டும் அணிந்து வந்தால் போதுமானது.

இதனால்தான் பல கம்பெனிகள் தங்கள் விற்பனை பிரதிநிதிகளை டை கட்டிக்கொண்டு பணி செய்யச் சொல்கின்றனர். வேகாத வெயிலில் கழுத்து பட்டன்கூட போட்டு, மென்னியைத் திருகி டை கட்டி, தூக்குப் போட்டு நாக்கு தள்ளி வாயில் நுரை தப்பும் ரேஞ்சுக்கு ஒருவர் வந்து பேசினால்தான் அவர் விற்பனையாளர் என்ற நம்பிக்கை நமக்கு வருகிறது. அவர் விற்பதை வாங்குகிறோமோ இல்லையோ, அட்லீஸ்ட் அவர் சொல்வதைக் கேட்கவாவது தோன்றுகிறது.

அந்தஸ்து அடையாளங்கள்

ஸ்டேடஸ் சிம்பள்கூட அதிகார மையங்கள்தான். அந்தஸ்து அடையாளங்களான கார், வாட்ச், நகை, பிடிக்கும் சிகரெட், பருகும் மது, உபயோகிக்கும் பிராண்டுகள் அனைத்துக்கும் அதிகாரத் தோரணையை அறிவிக்கும் ஆற்றல் உண்டு.

ஆண்டனி தூப் மற்றும் ஆலன் க்ராஸ் என்ற ஆராய்ச்சியாளர்கள் சான் ஃபிரான்சிஸ்கோ நகரில் செய்த ஆய்வு இதை விளக்கும். சிக்னலில் பச்சை விழுந்தும் சமயங்களில் கார்கள் நகராமல் பிடித்து வைத்த பிள்ளையார் போல் நிற்பதைப் பார்த்திருப்பீர்கள். அப்போது அதன் பின்னால் நிற்கும் கார் விடாமல் ஹார்ன் அடிப்பதையும் பார்த்திருப்பீர்கள். நகராமல் சண்டித்தனம் பண்ணும் கார் ஓட்டுனர்களின் பிறப்பைக் கேள்விக்குறியாக்கி, அவர் பூர்வீகத்தின் மீது சேற்றை வாரி இறைக்கும் அளவுக்கு இருக்கும் பின்னால் உள்ள காரின் ஹார்ன் சத்தம்.

பச்சை விழுந்தும் நகராமல் நின்றால் பச்சை பச்சையாய்த் திட்டுவது தானே சார் முறை!

இந்த வசவெல்லாம் சாதரண கார்களுக்கும் அதை ஓட்டுபவர்களுக்கும் தான் என்று கண்டுபிடித்தார்கள் ஆய்வாளர்கள். சின்ன, விலை குறைவான, சாதாரண கார்கள் சிக்னல் விழுந்தும் நகராமல் நின்றால் மட்டுமே இத்தனை வசவும், கழுவி ஊற்றும் ஹார்ன் சத்தமும். விலையுயர்ந்த ப்ரீமியம் கார் நகராமல் நின்றால் பின்னால் இருந்த கார்களில் பாதிக்கு மேல் ஹார்ன் அடிக்காமல் காத்திருந்ததைக் கண்டார்கள். பெரிய மனுஷன் கார் என்பது போல் பின்னால் நின்ற கார்கள் காத்திருந்ததாம்.

நீங்களும் இப்படித்தான் நின்றிருப்பீர்கள். நிற்கிறீர்கள். அடுத்த முறை நிற்கும்போது நினைத்துப் பாருங்கள். ட்ராஃபிக்கில் நின்றாலும் மேன்மக்கள் மேன்மக்களே!

வாழ்வையும் வியாபாரத்தையும் பாதிக்கும் அதிகாரச் சின்னங்கள் இன்னமும்கூட உண்டு. அவை சொல்படி நடக்கும் மக்களும் உண்டு. இப்போது நீங்கள் இல்லையா. நான் சொல்லியும் இந்த முழு அத்தியாயத்தையும் மூச்சுவிடாமல் படிக்கவில்லை?

- 15 -

திருடன் போலீஸ் விளையாட்டு

ஸ்கூல் படிக்கையில் ரிவிஷன் என்ற ஒன்று இருந்தது ஞாபகம் இருக்கிறதா? சில பாடங்கள் நடத்திய பின் ஒரு நாள் அனைத்தையும் ஒரு முறை டீச்சர் சேர்ந்து அலசுவாரே. அதுபோல் முக்கிய சைக்காலஜி மேட்டர்கள் சிலவற்றை மீண்டும் அலசுவோமா.

தி காண்ட்ராஸ்ட் ப்ரின்சிபில்' (The Contrast Principle: ஒன்றன் பின் ஒன்றாகத் தரப்படும் விஷயங்களைப் பார்க்கும்போது முதலில் பார்த்த விஷயம் இரண்டாவது விஷயத்தைப் பார்க்கும் கோணத்தைப் பாதிக்கிறது. அதிகம் கனமில்லாத ஒன்றைத் தூக்கி அதன் பின் அதை விடச் சற்று கனமானதைத் தூக்கும்போது இரண்டாவது அதன் நார்மல் கனத்தைவிட அதிகக் கனமாகத் தோன்றுவது.

கைமாறு கோட்பாடு (Rule for Reciprocation): ஒருவர் ஏதேனும் செய்தால், தந்தால் பிரதி உபகாரமாக அவருக்கு ஏதேனும் செய்யவேண்டும், தரவேண்டும் என்று நினைப்பது.

'விருப்ப விதி' (The Liking rule) : தெரிந்தவர், பிடித்த மானவர் ஏதேனும் கேட்டால் மறுக்க முடியாமல் தருவது. முன்பின் தெரியாதவர் பிடிக்கும் வகையில் நடந்து கொண்டால் அவர் கேட்பதையும் நம்மையறியாமல் தருவது.

இந்த மூன்று கோட்பாடுகளையும் சேர்த்து நம் தொழிலில் எப்படிப் பயன்படுத்துவது என்பதைப் பார்க்கும் முன் அமெரிக்காவில் அரிஸோனா பல்கலைக்கழக சைக்காலஜி ப்ரொஃபஸர் ராபர்ட் சியால்டினி விளக்கும் விஷயத்தைப் பார்ப்போம்.

திருடன் போலீஸ் ஆட்டம்

அட, நாம் ஆட அல்ல. இந்த வயதில் அது ஒன்றுதான் பாக்கி. உட்கார்ந்தால் வேர்க்கிறது. படுத்தால் மூச்சு முட்டுகிறது. எங்கிருந்து ஓடுவது. நாம் பேசப் போவது அமெரிக்காவில் போலீஸ் திருடனுடன் ஆடும் ஆட்டம். இதற்கு 'குட் காப்', பேட் காப்' (Good cop, Bad cop) என்று பெயர். நல்ல போலீஸ், கெட்ட போலீஸ் விளையாட்டு.

சந்தேகத்தின் பெயரில் அகிஷ்டு ஸ்டேஷனுக்கு அழைத்து வரப்படுகிறான். அவன் திருடியிருக்கிறான் என்று நன்றாகத் தெரிகிறது. கோர்ட்டில் நிரூபிக்கும் அளவுக்கு வலுவான சாட்சி இல்லை. திருடிய பொருள் எங்கே என்றும் தெரியவில்லை. எப்படித் திருடினான், எங்கு ஒளித்திருக்கிறான் என்று அவனாக ஒத்துக்கொண்டால்தான் உண்டு என்னும் நிலை. அப்பொழுது ஆடும் ஆட்டம்தான் குட் காப், பேட் காப்.

அகிஷ்டு ரூமில் குந்தியிருக்கிறான். ரூமில் இரண்டு போலீஸ்காரர்கள் இருக்கிறார்கள். கையில் லத்தியை சுழட்டியவாரே ஒரு போலீஸ்காரர் அவனை கோயிலைச் சுற்றுவதுபோல் பிரதட்சணம் செய்கிறார். இந்த விளையாட்டில் இவர்தான் பேட் காப்.

அவர் வாயில் அர்ச்சனைக்கு பதில் அசிங்கமான சொற்கள். பத்தாதற்கு லத்தியால் தரையில் பலம் கொண்ட மட்டும் அடித்து மிரட்டுகிறார். அமெரிக்காவில் நம்மூர் போல் அகிஷ்டு மீது போலீஸ் கை வைக்க முடியாது. வைத்தால் அகிஷ்டு போலீஸ் மீது கேஸ் போட்டுத் தனக்கு முன் அவரை ஜெயிலில் தள்ளிவிடலாம்.

ஆனால், அசிங்கமாய்த் திட்டலாம். வாய்க்கு வந்ததைப் பேசலாம். அகிஷ்டுவின் அம்மா, அப்பா, பூர்வீகம், பிறப்பு ரகசியங்கள் போன்றவற்றைத் தாராளமாக சந்தேகிக்கலாம். சத்தம் போடலாம். அவன் மேல் கையை மட்டும் வைக்கக்கூடாது. சகட்டுமேனிக்கு சப்ஜாடாய் எத்தனை கலீஜாய் வேண்டுமானாலும் வசவு மழையில் குளிப்பாட்டலாம். பேட் காப் இதைத்தான் சிரமேற்கொண்டு சிறப்பாய்ச் செய்கிறார்.

'டேய், உன்னைய இங்கேயே ஓட விட்டு என்கவுண்டர் பண்றேன் பாரு. எடுடா அந்த ரிவால்வரை' என்று மிரட்டலுக்கு நடுவே கத்துகிறார்.

அகிஷ்டு இஷ்ட தெய்வத்தை வேண்டி பயத்தில் அங்கேயே ஒண்ணுக்குப் போவதா இல்லை வழக்கம் போல் பாத்ரூமில் போவதா என்று யோசித்தாலும் கல்லுளிமங்கன் ஒத்துக் கொள்ளாமல் உட்கார்ந்திருக்கிறான்.

இதே நம்மூர் போலீஸ்காரர் என்றால் அகிஷ்டு கையைக் காலுக்குக் கீழே கட்டி முதுகில் கோலம் போட்டுக் கும்மியடித்துக் காவடி தூக்கியிருப்பார். பாவம், அமெரிக்க பேட் காப் தரையை மட்டுமே பலம் கொண்ட மட்டும் தட்ட முடிகிறது. 'ஆண்டவா, அடுத்த ஜென்மத்திலேயாவது சிந்தாதிரிப்பேட்டை ஸ்டேஷனில் ஏட்டாய்ப் பிறக்கும் பாக்கியத்தைக் கொடு' என்று ஏசுநாதரை வேண்டிக் கொள்ளத்தான் முடிகிறது.

'கேஸ் ஸ்ட்ராங்கா இருக்கு. திருடியத ஒளிச்சா கண்டுபிடிக்க முடியாதுன்னு நினைச்சியோ. டேய் இன்னுமா ரிவால்வர லோடு பண்ணல?' பேட் காப் கோபம் உச்சக்கட்டத்தை அடைகிறது.

அந்த ரூமில் அதுவரை சும்மா உட்கார்ந்திருந்த மற்ற போலீஸ்காரர் எழுந்து வருகிறார். இந்த விளையாட்டில் இவர்தான் குட் காப். 'விடுப்பா, ஏன் வீணா டென்ஷன் ஆகிறாய்' என்கிறார்.

பேட் காப் பதிலுக்கு, 'விடறதாவது. இந்த கம்மனாட்டிய நான் பென்ஷன் வாங்கற வைக்கும் தெளிய வச்சு தெளிய வச்சு அடிக்கப் போறேன். வாயைத் திறந்து உண்மைய சொல்றானா பாரு' என்று உறுமுகிறார்.

'அடப் பாவம் சின்னப் பையன், இவன போய்' என்று முடிக்காமல் முடிக்கிறார் குட் காப்.

இவர் போலீஸ் தானா, இல்ல நம்மை மாதிரி அகிஷ்டுக்கு போலீஸ் யூனிஃப்பார்ம் கொடுத்திருக்காங்கள்ள என்று ஆச்சரியத்தோடு குட் காப்பைப் பார்க்கிறான் அகிஷ்டு.

பேட் காப் காதில் வாங்காமல் 'நீ சும்மா இருப்பா. இவனா சின்னப் பையன். இவன் சில்மிஷகார சும்பன். இவனையெல்லாம் போட்டு தள்ளணும். டேய், ரிவால்வர் இல்லன்னா விடு, என் டேபிள்ள கள்ளத் துப்பாக்கி வச்சிருக்கேன், அத எடுத்துட்டு வா' என்று அலறுகிறார்.

'இதுக்கெல்லாமா சின்ன பையனச் சுடறது. பாவம்யா, அவன விடுய்யா' என்று சாலமன் பாப்பையா மாதிரி குழைந்து பேசித் தன் பர்ஸிலிருந்து பணம் எடுத்து பேட் காப்பிடம் தருகிறார். 'நீ முதல்ல கிளம்பி வெளிய போ. போய் சூடா ஒரு டீ குடிச்சுட்டு அப்படியே எங்களுக்கும் ரெண்டு டீ சொல்லு' என்று அனுப்புகிறார்.

பேட் காப் கறுவிக்கொண்டே வெளியே செல்ல குட் காப் அகிஷ்டு அருகில் அமருகிறார். கொஞ்ச நேரத்தில் சூடாய் டீ வருகிறது. இருவரும் குடிக்கிறார்கள்.

குட் காப் அகிஷ்டு தோளில் மெதுவாகக் கையைப் போட்டுக் கருணையான குரலில் 'தம்பி, எதுக்கு வீணா அடிபட்டு சாகற. தெரியாம எடுத்துட்டேன் சார், இனி செய்ய மாட்டேன்னு அந்தாள்ட மன்னிப்பு கேளு. எப்படி திருடின, எங்க வச்சிருக்கேன்னு சொல்லிடு. அந்தாள நான் பார்த்துக்கறேன். நான் சொன்னா கேப்பான். கோர்ட்ல சொல்லி உன் தண்டனையைக் குறைக்கிறேன்' என்கிறார்.

சற்று நேரம் அவன் முகத்தையே பார்த்துக்கொண்டிருந்து விட்டு முடியைக் கோதி பின்னால் தள்ளுகிறார், 'என் மகன் வயசு இருக்கும் உனக்கு. அதான் பாத்தா பாவமா இருக்கு.'

இது நடந்த பத்தாவது நிமிடம் அகிஷ்டு தான் திருடிய விதம், ஒளித்திருக்கும் இடம் எல்லாவற்றையும் படம் வரைந்து பாகங்கள் குறிப்பிட்டு ஒப்புக்கொள்கிறான்.

இந்தக் கதையில் நாம் முதலில் பார்த்த சைக்காலஜி கோட்பாடுகள் எப்படி வேலை செய்திருக்கின்றன என்பதைக் கவனியுங்கள்.

விசாரிக்கும் இருவரும் போலீஸ் என்றாலும் போட்டுத் தள்ளுகிறேன் என்று கத்தும் பேட் காப் முன்னால் பாவமா இருக்கு என்று பரிதாபப்படும் குட் காப் அகிஷ்டுவுக்கு நல்லவராகத் தெரிகிறார். இது 'காண்ட்ராஸ்ட் ப்ரின்சிபில்'.

பத்தாதற்கு டீ வாங்கித் தந்து தண்டனையைக் குறைக்கிறேன் என்பதால் ஒத்துக்கொள்ளலாமா என்று யோசிக்கிறான். இது 'கைமாறு கோட்பாடு'.

முன் பின் தெரியாவிட்டாலும் தன் மகன் போல் பாவித்து கருணை காட்டுவதால் ஒத்துக்கொண்டு ஒளித்து வைத்திருக்கும் இடத்தைச் சொல்கிறான். இது 'விருப்ப விதி'.

குட் காப் பேட் காப் ஆட்டம் இனிதே நடந்து முடிகிறது. நாளை வேறு கேஸ் வரும். இன்று குட் காப்பாய் நடித்தவர் நாளை பேட் காப்பாக நடிக்க வேண்டியிருக்கும். அவ்வளவுதான் வித்தியாசம்!

திருடன் போலீஸ் மட்டுமல்ல, வாடிக்கையாளர் விற்பனையாளர்கூட இதே விளையாட்டு ஆடலாம். என்ன, விற்பனையாளர் ஆடுவார். வாடிக்கையாளர்தான் பந்து!

மனைவியோடு புடவைக் கடை செல்கிறீர்கள் என்று வைத்துக் கொள்வோம். புடவை பார்க்க நன்றாக இருந்தாலும் நீங்கள் மனதில்

நினைத்திருக்கும் பட்ஜெட்டுக்கு மேல் இருக்கிறது. இருந்தாலும் தம்பதி சமேதராய் பார்த்துக்கொண்டிருகிறீர்கள். சூடாய் காபி தருகிறார்கள்.

மெதுவாக மனதில் தைரியத்தை வரவழைத்துக்கொண்டு விற்பனை யாளரிடம் 'கொஞ்சம் கம்மி விலைல காட்டுங்களேன்' என்கிறீர்கள்.

'புது டிசைன் சார், எல்லாருக்கும் காட்டறதில்ல. மேடம் கலருக்கு எடுப்பா இருக்கும்' என்கிறார் சேல்ஸ்மென்.

என் அழகுக்குப் போயும் போயும் உன்னைக் கல்யாணம் பண்ணிக் கிட்டேன் பாரு, என் தலையெழுத்து என்று கண்ணால் கூறுகிறாள் தர்மபத்தினி.

சற்று நேரம் கழித்து ஒரு புடவையை செலக்ட் செய்து 'இத எடுத்துக்கறேன்' என்கிறாள் மனைவி.

கடை சூப்பர்வைசர் வருகிறார். 'விலையைக் கொஞ்சம் கம்மி பண்ணுங்களேன்' என்கிறீர்கள்.

சூப்பர்வைசர் ஒரு விலை கூறி 'இது தாங்க முடியும், இதுக்கே முதலாளி ரொம்ப வைவார்' என்கிறார்.

'எனக்காகக் கொஞ்சம் கேட்டுப் பாருங்களேன் ப்ளீஸ்' என்று நீங்கள் கூற முதலாளி ரூமுக்குச் செல்கிறார்.

பத்து நிமிடம் கழித்து வந்து 'முதலாளி கத்தறார் சார், உங்களுக்காகக் கேட்டு வாங்கினேன்' என்று சற்று குறைத்துச் சொல்கிறார். அந்த விலை உங்கள் பட்ஜெட்டுக்கு மேல் என்றாலும் ஏதோ இந்த மட்டும் குறைந்ததே என்று வாங்கிக்கொண்டு கிளம்புகிறீர்கள்.

விலை குறைந்தது மட்டும்தான் உங்களுக்குத் தெரியும். முதலாளி ஊரில் இல்லை என்பதும் ரூமில் சூப்பர்வைசர் கிரிக்கெட் மாட்ச் பார்த்துவிட்டு வந்ததும் தெரியுமோ!

16

பசுபதி டீச்சர வச்சுருக்காரு டோய்

அத்தியாயத் தலைப்பைப் பார்த்துவிட்டு எதோ அஞ்சரைக்குள்ள வண்டி பற்றிப் பேசப் போகிறோமோ என்று மலைக்காதீர்கள். மனப்பால் குடிக்காதீர்கள். நாம் அலசப் போகும் மேட்டரே வேற.

உங்களுக்கு எப்படி என்று தெரியாது, நான் பள்ளி மாணவனாய் இருந்தபோது இறுதி பரீட்சை ரிசல்ட் பதினைந்து பைசா போஸ்ட் கார்ட்டில்தான் வரும். அதில் 'ப்ரமோட்டட்' என்றிருந்தால் போதும், என் தலையில் பஞ்சு ஒட்டிக்கொள்ளும். பூமிக்கும் வானத்துக்கும் குதித்தால் மேகம் ஒட்டாதா பின்னே.

போஸ்ட்மேனுக்கு கையில் ரெண்டோ ஐந்தோ பணப் பட்டுவாடா பண்ணப்படும். படித்தது நான், பாஸானது பெற்றோர் புண்ணியத்தில். ஆனால் செய்தி சொன்னது அவரல்லவா.

பொதுவாகவே எல்லாருக்கும் வரும் ரிசல்ட்டை போஸ்ட்மேன் வழியில் படித்துவிடுவார். 'ப்ரமோடட்' என்று போட்டிருந்தால் வாசல் ஏறி காலிங் பெல் அடித்துக் கையில் கொடுப்பார். ஸ்வீட், சில்லறை கிடைக்கும் என்ற ஆசையில்.

'ஃபெயில்' என்று இருந்தால் கார்ட் தரவேண்டிய தெருப்பக்கமே வரமாட்டார். வந்தாலும் மூன்று வீடு

தள்ளிப்போட்டுத் திரும்பிப் பார்க்காமல் ஓடுவார். இல்லை பால்காரன், ப்ளாஸ்டிக் சாமான் விற்பவர் மூலம் கொடுத்தனுப்புவார். சரமாரியாய் வசவும், சமயத்தில் தர்ம அடியும் கிடைக்கும் என்ற பயத்தில்!

நல்ல செய்தியைக் கொண்டு வருபவர் மீது வாஞ்சை வருவதும் கெட்ட செய்தியைத் தருபவர் மீது வெறுப்பு வருவதும் மனித இயற்கை. கெட்ட செய்திக்கு அதைக் கொண்டு வருபவர் காரணம் இல்லை யென்றாலும் அவர் மீது வெறுப்பு வரும். இதை 'தொடர்பு கோட்பாடு' (Association Principle) என்கிறார்கள்.

இந்த அத்தியாயத்தின் தலைப்பின் காரணம் இப்பொழுது புரிந்திருக்குமே. என்ன செய்வது, இதுபோல் தலைப்பு வைத்தால்தான் சுவாரசியம் குறையாமல் பலர் தொடர்ந்து படிப்பார்கள். இதுகூட ஒரு விதமான சைக்காலஜி தானே சார்!

தொடர்பு கோட்பாட்டுக்கு வருவோம். இந்த சைக்கலாஜி கோட்பாடு நல்லது கெட்டது இரண்டுக்குமே பொதுவானது. நல்லதோடு அல்லது கெட்டதோடு தொடர்புடைய எந்தத் தொடர்பையும் மக்கள் அதே தொடர்போடுதான் பார்ப்பார்கள்.

ஷேக்ஸ்பியர் இந்தத் தத்துவத்தின் சாரம்சத்தை ஒரு வரியில் கூறினார்: 'கெட்ட செய்தியின் சுபாவம் அதைக் கொண்டு வருபவரைப் பீடிக்கும்.'

ஒரு விஷயத்தோடு தொடர்புள்ள அனைத்தையும் அந்த விஷயத்தின் தன்மையோடு பார்க்கிறோம். ஒன்றோடு சேர்ந்திருக்கும் எதையும் அதோடு சேர்த்தே பார்க்கிறோம். அதன் குணாதிசயங்கள் ஒன்றாக இருக்கும் என்று நினைக்கிறோம்.

வானிலை அறிவிப்பாளர்களைக் கேளுங்கள், ஒருபாடு புலம்புவார்கள். ஏதோ அவர்கள் சொல்லி வெள்ளம் வந்தது போல், அவர் மனசு வைக்காததால் வெயில் கொளுத்துவது போல் மக்களுக்கு அவர்கள் மீது அசாத்திய கோபம் வரும்.

டாம் பானர் என்பவர் அமெரிக்காவில் லிட்டில் ராக் என்ற ஊரின் டீவி வானிலை அறிவிப்பாளர். ஒரு முறை பாரில் குடித்துக் கொண்டிருந்த அவரிடம் ஒரு விவசாயி 'நீ தானே டீவியில் வானிலை அறிவுப்பு பண்றவன். போன வாரம் சூறாவளி ஒன்றை அனுப்பி என் வீட்டை முழுவதும் காலி பண்ணிட்டியேடா. உன்ன என்ன செய்யறேன் பாரு' என்று அவனை அருகில் இருந்த காலி பாட்டிலுடன் நெருங்கினான்.

பானருக்கு என்ன செய்வது என்று புரியவில்லை. உதவிக்கு எவனும் அருகில் இல்லை என்பது புரிந்தது. சரி, முள்ளை முள்ளால் எடுப்போம்

என்று முடிவு செய்து பயத்தைக் கண்ணில் காட்டாமல் ஸ்டைலாக தன் இடுப்பில் கையை வைத்து சூப்பர்ஸ்டார் ரஜினிகாந்த் ஸ்டைலில் 'கண்ணா, நான்தான் சூறாவளி அனுப்பினேன். இப்ப நீ இங்கேருந்து நகரலன்னா வச்சுக்கோ, இன்னொரு சூறாவளி அனுப்பி உன்ன இங்கேயே சுத்தி சுத்தி அடிப்பேன்' என்று கூற வந்தவன் விழுந்தடித்து ஓடியிருக்கிறான்!

இது ஏதோ இன்று நேற்று நடக்கும் விஷயமல்ல. அந்தக் காலத்தில் போரில் நடக்கும் விஷயத்தைத் தெரிந்துகொள்ள நேரடி ஒளிபரப்பா இருந்தது? ஏதாவது போர் வீரன்தான் போர்களத்திலிருந்து அடிக்கடி ஓடி வந்து போரில் நடக்கும் விஷயத்தை காமெண்டரிபோல் ஊரில் உள்ளவர்களுக்குச் சொல்லவேண்டும். நல்ல செய்தியாய் சொன்னால் அவனுக்கு பவழும் பரிசு தந்து முத்து மாலை போடுவார்கள். செய்தி மோசமானதாக இருந்து தொலைத்தால் சொன்னவனைப் பாடையில் படுக்க வைத்து மலர் வளையம் வைக்கும் அளவுக்கு அடித்து நிமித்துவார்கள்!

இக்காலத்தில் கார் விளம்பரங்களில் கட்டழகுக் கன்னி ஒருத்தி கார் மீது சாய்ந்து ஒயிலாய் நிற்பது எதற்கு என்று நினைத்தீர்கள்? கார் வாங்கினால் கட்டழகி ஃப்ரீ என்பதற்கா? எல்லாம் தொடர்புக் கோட்பாடுதான். அட அந்தத் தொடர்பைச் சொல்லவில்லை. நீங்கள் இன்னமும் பசுபதி டீச்சர் மேட்டரை மறக்கவில்லை போலிருக்கிறது!

அழகான பெண் அருகில் நின்றால் அவள் அழகின் தொடர்பு காரை நாம் பார்க்கும்விதத்தைப் பாதிக்கும் என்பதால். அவளோடு சேர்ந்து காரும் நமக்குக் கவர்ச்சியாய்த் தெரியும் என்பதால். பிராண்ட் அருகில் கட்டழகியை நிறுத்தி ஒரு தொடர்பை ஏற்படுத்திவிட்டால் போதும். தொடர்பு லாஜிக்கலாக இருக்கவேண்டிய அவசியமில்லை. பாசிடிவ்வாக இருந்தாலே போதுமானது. சினிமா பிரபலங்கள், விளையாட்டு வீரர்களை விளம்பரங்களில் உபயோகிக்க இந்தக் கோட்பாடும் ஒரு காரணம்.

பிராண்டை விடுங்கள். பாலிடிக்ஸில்கூட இக்கோட்பாடு பலே பயன்கள் தரும். அல்ப அரசியல்வாதிகள்கூட அயல்நாட்டு தலைவர்கள், ஐ.நா. சபை உறுப்பினர்களை ஏதாவது ஒரு ஐஉஐஉபி காரணத்துக்கு சந்திப்பார்கள். சந்தித்தது பத்தாதென்று அதை ஃபோட்டோ பிடித்து ஊர் சுவரெல்லாம் போஸ்டர்களில் அவர்களோடு சேர்ந்து நின்று சிரிப்பாய்ச் சிரிப்பார்கள். எதனால் இந்தக் கண்றாவி என்று நினைத்தீர்கள்?

'சீமைத் துரையெல்லாம் நம்ம தலைவருக்கு ஃப்ரெண்ட் பா. நம்மாளு உலக மகா தலைவர்' என்று மக்கள் நினைப்பார்களே என்ற நப்பாசைதான்.

கெட்டவை, நல்லவையோடு தொடர்புகொள்ளும்போது மற்றவர் பார்க்கும்விதம் மாறுகிறது. 'சதா லுங்கியோடு திரியற அந்தப் பையனோட சேராதடா' என்று அம்மா சிறு வயதில் கூறியது இதனாலேயே. ஒருவன் கெட்டவனாக இருந்தால் அவனோடு இருப்பவனும் கெட்டவனே என்ற ஊர் நம்பும் தொடர்பு கோட்பாடே இதற்குக் காரணம்.

ரஷ்ய நாட்டு விஞ்ஞானி இவான் பாவ்லோவ் செய்து காட்டியதும் தொடர்பு கோட்பாடுதான். தினமும் நாய்க்கு உணவளிக்கும் முன் மணி அடிப்பார் பாவ்லோவ். சில நாளுக்குப் பின் மணியயடித்தாலே நாய்க்கு வாயில் எச்சில் ஊற ஆரம்பித்தது. உணவென்றால் நாய்க்கு எச்சில் ஊறும் தன்மையை உணவுக்குச் சற்றும் சம்பந்தம் இல்லாத மணி ஓசையோடு தொடர்பு ஏற்படுத்த முடியும் என்று விளக்கினார். இதற்கு 'பாவ்லோவியன் ரெஸ்பான்ஸ்' (Pavlovian response) என்று பெயர்.

தொடர்புக் கோட்பாட்டின் இன்னொரு பரிமாணத்தை கிரிக்கெட் மாட்சுகளில் பார்க்கமுடியும். இந்திய அணி எப்போவாது தப்பித் தவறி வெற்றி பெற்றால் ரசிகர்களுக்குக் கை கால் கொள்ளாது. 'ஜெயிச்சுட்டோம்டா', 'பின்னிட்டோமில்ல' என்று புளகாங்கிதம் அடைவார்கள். ஏதோ இவர்கள்தான் நாள் முழுவதும் வெயிலில் நின்று பௌலிங் போட்டு, ஃபீல்டிங் செய்து, பாட்டிங் ஆடி வெற்றி பெற்றதுபோல.

இந்திய அணி தோற்றால் 'கேவலமா ஆடினாங்கடா', 'அசிங்கமா தோத்துட்டாங்க' என்பார்கள். வெற்றி பெற்றபோது சேர்ந்து ஆடியது போலவும் தோற்றால் தாங்கள் ஆடாமல் இந்திய அணி ஆடி தோற்றது போலவும். இதுவும் சாட்சாத் தொடர்பு கோட்பாட்டின் கைங்கர்யம் தான்.

வெற்றி பெற்றவர்களோடு தொடர்பு கொள்ள விரும்புகிறோம். அந்த வெற்றியை நம் வெற்றியாய் பாவிக்கிறோம். தோல்வி அடைபவர்கள் தொடர்பைத் துண்டிக்கிறோம். நமக்கும் அந்தத் தோல்விக்கும் சம்பந்தமே இல்லை போல் விலகுகிறோம். வெற்றி பெற்றால் 'நாம்'. தோல்வியடைந்தால் 'நீ'.

பௌலிங் போடாமல், காட்ச் பிடிக்காமல், பேட்டைத் தொடாமல், மாட்சை ஆடாமல் அணியின் வெற்றியில் தங்களுக்குப் பங்கிருப்பது போல் ரசிகர்கள் நடந்து கொள்வது சரியா? உளவியல் சாட்சிகள் அவர்களுக்கு சாதகமாக இருக்கிறதே.

போஸ்ட்மென் பாசாக்கவில்லை. செய்தி சொன்ன வீரன் தோல்வியைத் தரவில்லை. வானிலை அறிவிப்பாளர் சூறாவளியை

உருவாக்கவில்லை. பாவ்லோவின் மணி உணவைப் பரிமாறவில்லை. ஆனால் அவற்றுக்கிடையே ஒரு தொடர்பு இருக்கிறது. அந்தத் தொடர்பே போதுமானது.

கிரிக்கெட் மாட்ச் முடிந்து அதை அலசும்போது ஒரு தமாஷ் நடப்பதை நீங்கள் கவனித்திருக்கலாம். இந்தியா தோற்கும்போது 'ஈசியா நாம ஜெயிச்சுருக்கலாம். கடைசி ஓவர்ல அவனுங்க சொதப்பிட்டாங்க' என்று பலர் கூறக் கேட்டிருப்பீர்கள். 'நாம்' என்று ஆரம்பித்து 'அவனுங்க' என்று முடிவதைக் கவனியுங்கள்.

சிரிக்காதீர்கள். நீங்களும் இப்படிதான் பேசுகிறீர்கள் என்று எனக்குத் தெரியும்.

சரி சார், நானும்தான். அதற்கென்ன இப்போ!

17

வளமான பற்றாக்குறை

எதன் மீதும் அன்பு வைக்கச் சிறந்த வழி அது தொலைந்து விடலாம் என்று உணரும்போது என்றார் ஆங்கில எழுத்தாளர் கில்பர்ட் செஸ்ட்டர்டன்.

அதிகம் இருக்கும் எதன் மதிப்பும் நமக்குத் தெரிவதில்லை. இன்னும் சொல்லப் போனால் ஈசியாய்க் கிடைக்கும் அல்லது கிடைக்காமல் இருப்பதில்தான் எந்த ஒன்றின் மதிப்பும் அமைகிறது. இதை சைக்காலஜிஸ்ட்ஸ் 'பற்றாக்குறை கோட்பாடு' (The Scarcity Principle) என்றழைக்கிறார்கள்.

கும்பகோணத்துக்குக் கடைசியாய் எப்பொழுது சென்றீர்கள்? 'ஆசை தான், ஆனால் எங்கே முடிகிறது, நேரம் கிடைப்பதில்லை' என்கிறீர்கள். ஆனால் மாமாங்கம் வந்தால் காணாததைக் கண்டது போல் வீட்டிலிருந்தே கன்னத்தில் போட்டபடி ஓடுகிறீர்கள். ஏனெனில் பன்னிரண்டு வருடங்களுக்கு ஒரு முறை வரும் மாமாங்கம் என்பது காணாததைக் காண்பது போல்தானே. அந்த அரிதான, பற்றாக்குறை தரும் பரபரப்புதான் அங்கு வரும் கூட்டத்துக்குக் காரணம். அலைமோதும் மக்கள் வெள்ளத்துக்கு அடிப்படை. கும்பமேளாவில் கூட்டம் குமிவதும் இந்தப் பற்றாக்குறை கோட்பாட்டால்தான்.

அதற்காகப் பன்னிரண்டு வருடத்துக்கு ஒருமுறை வந்தால் தான் பற்றாக்குறை என்பதல்ல. அதிகம் கிடைக்காத,

அடிக்கடி அமையாத, நிறைய இல்லாத எதன் மீதும் நமக்கு ஒரு ஈர்ப்பு வரும். எல்லாமே பற்றாக்குறை கோட்பாட்டின் கைங்கர்யம்தான். வருடத்துக்கு ஒரு முறை வருவதால் தானே ஆடித் தள்ளுபடியை நம் மனம் நாடி, ஊரே தி.நகரைத் தேடி, அங்கு சென்று கூடி அந்த ஏரியாவே மாமாங்கம் தோற்கும் அளவுக்குக் காட்சி அளிக்கிறது!

போகும் கோயில், வாங்கும் பொருள் என்பது மட்டுமல்ல. பற்றாக்குறை கோட்பாடு வாழ்க்கையின் பல விஷயங்களைப் பாதிக்கும் தன்மை கொண்டது. கார் கம்பெனிகள் தங்கள் கார் இமேஜைக் கூட்டி, விற்பனையை அதிகப்படுத்தும் எண்ணத்தோடு 'ஒரு லட்சம் கார்கள் விற்பனையானது', 'நாங்கள் இந்தியாவுக்கு வந்து ஓராண்டு பூர்த்தியாகிறது' என்று ஏதோ ஒரு காரணம் கூறித் தங்கள் புது மாடலில் சில மாற்றங்களை, புதுமைகளைப் புகுத்தி அந்த விசேஷ கார்களைக் குறைந்த எண்ணிக்கையில் தயாரித்து 'லிமிடெட் எடிஷன்' (Limited edition) என்று விற்பதைப் பார்த்திருப்பீர்கள். இவ்வகை கார்கள் மார்க்கெட்டில் அதிகம் கிடைக்காது. அதனாலேயே அறிவித்த சில நாட்களிலேயே புக்கிங் செய்யப்பட்டு அனைத்தும் விற்கப் பட்டுவிடும்.

விலை குறைந்த கார்களா இவை? இல்லை, இன்னும் சொல்லப் போனால் அதே பிராண்ட் கார்களைவிட விலைகூட இருக்கும். இந்தக் கார்களில் புதுமை அதிகம் இருக்குமோ? அப்படியொன்று பெரிய புண்ணாக்கு புதுமை பீறிட்டு அடிக்காது. அதே நான்கு டயர், ஸ்டியரிங் வீல், ப்ரேக், கிளச்தான்.

பின் என்னதான் ஸ்பெஷல் இக்கார்களில்?

இந்த ஸ்பெஷல் குறைந்த எண்ணிக்கை லிமிடெட் எடிஷன் கார்கள் விட்டால் கிடைக்காது. சென்றால் வராது. போனால் போனதுதான் என்று விளம்பரங்கள் கூறுவதால் இதையாவது விடுவதாவது என்று கார் இருப்பவர்கள் இல்லாதவர்கள், பணம் வைத்திருப்பவர்கள் வைக்காதிருப்பவர்கள் என்று பலர் முண்டியடித்து இந்த கார்களை வாங்க கியூ கட்டுவதால் விரைவிலேயே விற்றுவிடுகிறது.

குறைவாய் இருப்பது நிறைவாய் இருக்கும் என்று நினைப்பது மனித இயல்பு. அதிகம் கிடைக்காத எதுவும் சிறந்தது என்று எண்ணுவது நமது வழக்கம். கிடைக்கிற வாய்ப்பு எப்போதாவதுதான் அமையும் என்ற நிலை இருந்தால் அந்த வாய்ப்பு விலை மதிப்பற்றதாகத் தெரியும் நமக்கு.

இத்தனை ஏன், ஆடையில் பற்றாக்குறை இருந்தால்தானே பார்ப்பதற்குப் பரவசமாய் இருக்கிறது!

டிவியில் விளம்பரப்படுத்தி நேரடியாக விற்கும் ஹோம் ஷாப்பிங் கம்பெனிகள் இந்தக் கோட்பாட்டைக் கடைப்பிடித்துக் கல்லா கட்டும் கில்லாடித்தனத்தை நீங்கள் கண்கூடாகக் கண்டிருக்கலாம். ஏதோ ஒரு பொருளைப்பற்றி அரை மணி நேரம் பேசி, அதன் செயல்முறையை ஆதி முதல் அந்தம் வரை விளக்கி, அதன் விலையைக் கூறி விளம்பரத்தின் முடிவில் இந்த அதிசயப் பொருள் இப்போது குறுகிய விலையில் கிடைக்கிறது என்று விலையைக் குறைத்துக் கூறுவார்கள். இந்தக் குறைந்த விலை இன்னும் சற்று நேரத்துக்கு மட்டுமே. உடனே ஃபோன் செய்யுங்கள். இந்த அரிய வாய்ப்பை நழுவவிடாதீர்கள், இந்த ஆஃபர் போனால் வராது என்று அலறுவார்கள்.

இதைப் பார்ப்பவர்கள் செய்துகொண்டிருக்கும் வேலையை நிறுத்தி, கையில் இருப்பதைத் தூர எறிந்து, ஏதோ வீடு தீப்பற்றி எரிவதுபோல் பரபரப்புடன், அய்யோ நான் என்ன செய்வேன், இந்த ஆஃபர் போயிடக்கூடாதே, தெய்வமே கருணை காட்டமாட்டியா என்று ஃபோனை எடுத்து ஆர்டர் செய்ததும்தான் போன உயிர் திரும்ப வரும். பற்றாக்குறைக் கோட்பாட்டின் கோரப்பிடியின் இன்னொரு பரிமாணம் இது.

இதில் வேடிக்கை என்னவென்றால் அடுத்த நாளும் அதே நேரம், அதே சேனல், அதே விளம்பரம், அதே போல் வரும். அந்த விளம்பரத்தின் முடிவிலும் அதே குரல் 'இந்த அரிய விலை குறைப்பு இன்னும் கொஞ்சம் நேரத்துக்கு மட்டுமே' என்று அலறும். அன்று அதைப் பார்க்கும் இன்னொரு கூட்டம் கை வேலையை விட்டு, கால் கை கொள்ளாமல், காவடி எடுத்து ஃபோனைத் தேடிப் பிடித்து ஆர்டர் செய்த பின்தான் அவர்கள் பக்தி மலையேறும். பற்றாக்குறை கோட்பாடு இங்கும் பற்றாக்குறை இல்லாமல் தன் கைவரிசையைக் காட்டும்!

பற்றாக்குறை கோட்பாடு நம் தினப்படி வாழ்க்கையிலும் வக்கணையாய் விளையாடும். கரண்ட் பில், கிரெடிட் கார்ட் பில், பால் கார்ட் என்று கட்டியே ஆக வேண்டிய, வாங்கியே தீரவேண்டிய எதையும் கடைசி நாள்தான் நம்மில் பலர் கட்டுவோம். கடைசி நாளை விட்டால்விட்டதுதான், அதற்குப் பிறகு வாய்ப்பு இல்லை என்னும் போதுதான் கட்டவேண்டும் என்ற பயம் வந்து, பரபரப்பாய் மாறி, பைத்தியம் பிடித்து ஓடிச்சென்று கட்டுவோம்.

இந்த சைக்காலஜி டெக்னிக்கைத் தேர்ந்த விற்பனையாளர்கள் நேர்த்தியாகப் பயன்படுத்திப் பயன் பெறலாம். பெறுகிறார்கள். புடவை கடையில் ஒரு நகையை, புடவையை வாங்கலாமா என்று யோசிக்கும் வாடிக்கையாளரிடம் 'இது தாம்மா கடைசி பீஸ்' என்று

சொல்லிவிட்டால் போதும். திடீரென்று அந்தப் பொருளின் மதிப்பு பார்ப்பவருக்குப் பல மடங்கு பெருகும். இதை விட்டால் கிடைக்காதே என்ற திடீர் பயம் தான், வேறென்ன. அந்த பயம் அவர்களை வாங்கவே வைத்துவிடும்.

வீட்டு ப்ரோக்கர்கள் வீட்டைப் பார்த்து விட்டு வாங்கலாமா, வேண்டாமா என்று முடிவு செய்ய முடியாதவரிடம் 'இந்த வீட்டை நேத்து ஒரு டாக்டருக்குக் காட்டினேன், ரொம்ப பிடிச்சு போச்சு அவருக்கு. இன்னிக்கு ஃபோன் பண்றேன்னு சொல்லியிருக்கார்' என்று கூறினால் போதும். சாதாரண வீடு திடீரென்று ஸ்பெஷல் சாதாவாக மாறிப் பார்ப்பவர் வாங்கிவிடுவோம் என்று முடிவே செய்துவிடுவார்.

ஈரோட்டில் ஒரு துணிக்கடையில் 'இந்த பிரத்யேக, குறைந்த காலச் சலுகை இன்று மட்டும்' என்று எழுதியிருந்ததைப் பார்த்தேன். 'பிரத்யேக' என்றாலே பற்றாக்குறை. அதிலும் 'குறைந்த காலச் சலுகை' என்று கொசுறு வேறு. பத்தாதற்கு 'இன்று மட்டும்' என்று முத்தாய்ப்பாய் ஒரு முடிவு. இந்த போர்டு எழுதியதற்குப் பதில் பேசாமல் அந்த கடைக்காரர் வாடிக்கையாளர் கழுத்தைப் பிடித்துத் தரதரவென்று இழுத்துக் கடைக்குள் தள்ளி 'ம்ம்ம் வாங்குடா' என்று மிரட்டியிருக்கலாம்.

சும்மா சொல்லக்கூடாது, பற்றாக்குறை கோட்பாட்டை அட்சரம் குறையாமல் அறிந்து வைத்திருக்கிறார் மனிதர்!

'மேகி' நூடுல்ஸில் உலோகம் கலந்திருக்கிறது, மோனோசோடியம் கிளுடமேட் இருக்கிறது என்று பழி சுமத்தப்பட்ட நேரம். அழுத்திப் பிழிந்தால் மேகியில் பெட்ரோல் டீசல் கிடைக்கிறது என்று சொல்லாதது ஒன்றுதான் பாக்கி. பல மாநிலங்கள் மேகியைத் தடை செய்தன. 'நெஸ்லே' கடைகளிலிருந்து மேகியை திருப்பி எடுக்கவிருந்த நேரம். இனி மேகி கிடைக்காது என்ற பற்றாக்குறை சூழ்நிலை. அந்த நிலையிலும், உடலுக்குத் தீங்கு என்ற பேச்சுக்கு மத்தியிலும் மக்களுக்கு இருந்த கவலை எல்லாம் அய்யோ இனி மேகி கிடைக்காதே என்பதே. பாசம் பீறிடக் கடை மீது படையெடுத்து மிச்சம் மீதியிருந்த மேகியை மொத்தமாய் மொண்டு சென்றார்கள்.

பற்றாக்குறை கோட்பாட்டின் லீலை இதோடு முடியவில்லை. பிரச்னை முடிந்து மேகி சீர் செய்யப்பட்டு மீண்டும் விற்பனை துவங்கும் என்று அறிவிக்கப்பட்டது. அதற்கு முன் பிராண்ட் பற்றி மக்கள் என்ன நினைக்கிறார்கள் என்று தெரிந்துகொள்ள நெஸ்லே கடைகளில் விற்காமல் மேகியை முதலில் ஆன்லைனில் 'ஸ்னாப் டீல்' வெப்சைட்டில் விற்கப் போவதாக அறிவித்தது.

விற்கத் துவங்கிய ஐந்தாவது நிமிடம் அறுபதாயிரம் பேக்குகளும் விற்றுத் தீர்ந்தன. குறைவாய்க் கிடைத்த இரண்டு நிமிட பிராண்டை வாங்க மக்களுக்கு ஐந்து நிமிடங்களே தேவைப்பட்டது. இதுதான் பற்றாக்குறை கோட்பாட்டின் மகிமை.

இதுபோல் பல சாட்சிகள் தெளிவாக உணர்த்துகின்றன. பற்றாக்குறை கோட்பாடு முறையானது, பரவலானது, தினப்படி வாழ்க்கையைப் பரந்து விரிந்து பல வழிகளில் பாதிக்கும் பவர் கொண்டது. நம் எண்ணங்களை, செயல்களை இயக்கும் சக்தி கொண்டது. சரி, பரவலாய் எதற்குப் பற்றாக்குறை மீது நமக்கு இத்தனை பற்று? ஏன் இந்தக் கோட்பாட்டின் மீது நமக்கு கேட்பாரற்ற ஈடுபாடு? இதற்கு இரண்டு முக்கிய காரணங்கள் என்கிறார்கள் சோஷியல் சைக்காலஜிஸ்ட்ஸ்.

எளிதாகக் கிடைக்கும் எதையும்விட மெனக்கெட்டு பெறும் விஷயம் சிறந்தது என்று நம்புகிறோம். எந்த ஒரு விஷயத்தின் தன்மையை, தரத்தை அது எளிதாக அல்லது அரிதாகக் கிடைப்பதைக் கொண்டே தீர்மானிக்கிறோம். மின்சாரம் மானாவாரியாய்க் கிடைக்கும்போது நமக்கு அதன் அருமை தெரிவதில்லை. கரண்ட் போகும் போதுதான் உயிர் போனதுபோல் உணர்கிறோம்.

இரண்டாவது, ஒரு விஷயம் பற்றாக்குறையால் குறையும்போது அதைப் பெறும் வாய்ப்பு நமக்குக் குறைகிறது. வாய்ப்பு குறைவதால் சுதந்தரம் பறிபோனது போல் உணர்கிறோம். இதைப் புரிந்துகொள்ள ட்யூக் பல்கலைக்கழக சோஷியல் சைக்காலஜி பேராசிரியர் ஜாக் ப்ரெம் வழங்கிய 'சைக்கலாஜிகல் ரியாக்டன்ஸ் கோட்பாடு' (Psychological Reactance Principle) பற்றித் தெரிந்துகொள்வது அவசியமாகிறது. தனிப்பட்ட ஆதிக்கம் குறையும்போது நாம் எப்படி நடந்து கொள்கிறோம் என்பதை விளக்குவதே இந்தக் கோட்பாடு.

ஒரு விஷயத்தை சுதந்தரமாகத் தேர்வு செய்யும் வாய்ப்பு குறையும் போது நாம் இழக்கும் சுதந்தரத்தை மீண்டும் பெற விரும்புகிறோம். முன்பைவிட அந்த விஷயம் மீது அதிக நாட்டம் கொள்கிறோம். சுதந்தரத்துக்கு வரும் குறுக்கீட்டை மீறி அந்த விஷயத்தைப் பெற முன்பைவிட அதிக ஆர்வம் காட்டுகிறோம்.

இக்குணத்தை மூன்று வயதாக இருக்கும்போது முதலில் பெறுகிறோம் என்கிறார்கள் சைல்ட் சைக்காலஜிஸ்ட்ஸ். அமெரிக்காவில் வர்ஜீனியா மாநிலத்தில் நடந்த ஆய்வு இதை விளக்கும்.

மூன்று வயது குழந்தைகள் அவர்கள் அம்மாக்களுடன் ஆய்வுக் கூடத்துக்கு அழைத்து வரப்பட்டனர். அங்கு இரண்டும் அழகான

பொம்மைகள் ஒன்றன் பின் ஒன்று வைக்கப்பட்டது. இரண்டு பொம்மைகளுக்கு நடுவில் ஒரு ப்ளாஸ்டிக் தடுப்பு வைக்கப்பட்டது. தடுப்பு போலிருந்தாலும் பின்னால் இருக்கும் பொம்மை தெரிவது போலான ப்ளாஸ்டிக் தடுப்பு.

ஆய்வில் கலந்துகொண்ட குழந்தைகளில் பாதி பேர் கூடத்துக்கு வரும்போது ஒரு அடி உயரத் தடுப்பும் மற்ற குழந்தைகளுக்கு இரண்டு அடி தடுப்பும் வைக்கப்பட்டது. வரும் குழந்தைகள் எந்த பொம்மையை முதலில் எடுக்கிறார்கள் என்று பார்ப்பதற்காக இப்படிச் செய்யப்பட்டது.

ஆய்வில் கலந்து கொண்ட குழந்தைகள் ஒன்றன் பின் ஒன்றாக கூடத்துக்கு அழைத்து வரப்பட்டார்கள். ஒரு அடி தடுப்பு இருந்தபோது வந்த குழந்தைகள் பொம்மைகளைப் பார்த்த மாத்திரம் முன்னால் இருந்த பொம்மையை முதலில் எடுத்து விளையாடத் துவங்கினார்கள். ஆனால் இரண்டு அடி தடுப்பு வைக்கப்பட்டிருந்தபோது வந்த குழந்தைகள் பொம்மைகளைப் பார்த்த மாத்திரம் எம்பி பின்னால் இருந்த பொம்மையைத்தான் முதலில் எடுத்தார்கள். கண் முன்னால், கையருகே ஒரு பொம்மை இருந்த போதும்.

ஏன் இப்படி?

ஒரு அடி மட்டுமே தடுப்பு இருக்கும்போது எந்தப் பொம்மையையும் ஈசியாக எடுக்கலாம் என்கிற நிலை. அப்போது முன்னால் இருக்கும் பொம்மைதான் முதலில் எடுக்கப்படுகிறது. தடுப்பு வைத்து அந்த சுதந்தரம் சற்றே பறிக்கப்படும்போது மனித மனம் 'ஏன் தடுப்பு, அதை எதற்கு வைத்திருக்கிறீர்கள், பின்னால் இருக்கும் பொம்மை எனக்கில்லையா, ம்ஹூம் அதைத்தான் முதலில் எடுப்பேன்' என்று மைண்ட் வாய்ஸ் கூற பின்னால் உள்ள பொம்மை முதலில் எடுக்கப்படுகிறது.

சுதந்தரம் பறிக்கப்படும்போது, குறைக்கப்படும்போது நாம் நடந்து கொள்ளும் முறை புரிகிறதா. மூன்று வயதில் பிள்ளையார் சுழி போட்டுத் துவங்கும் இக்குணம் டீன் ஏஜ் பருவத்தில் பிள்ளையார் சைஸுக்கு மனதில் வேரூன்றிவிடுகிறது. அந்த வயதில் பெற்றோர்களோ பெரியவர்களோ ஏதாவது முட்டுக்கட்டை போட்டால் உருட்டு கட்டையால் அவர்களை அடிக்கவேண்டும்போல் தோன்றுகிறது.

டீன் ஏஜ் பருவத்தில் அதிகரிக்கும் இந்தக் குணத்தை 'ரோமியோ அண்டு ஜூலியட் எஃபெக்ட்' என்கிறார்கள். ஷேக்ஸ்பியர் படைத்த கதாபாத்திரங்கள். தூர் வாரும் ரேஞ்சுக்கு ஆழமாய்க் காதலித்து பெற்றோர்கள் எதிர்ப்பால் தற்கொலை செய்துகொண்ட காதலர்கள்.

இவர்களுக்குச் சிறு வயதில் தங்களையே மாய்த்துக்கொள்ளும் அளவுக்குக் காதல் வளர்ந்தது எப்படி?

எல்லாம் ரியாக்டன்ஸ் கோட்பாடுதான். தங்கள் காதலை எதிர்த்து, சேரக்கூடாது என்று தடுக்கும் பெற்றோர்களை மீறச் சிறந்த வழி இறப்பது என்று முடிவு செய்துகொள்ளவைத்தது இந்தக் கோட்பாடு.

ஒரு வேளை பெற்றோர்கள் அவர்கள் காதலை எதிர்க்கவில்லை என்றால் அவர்கள் இறந்திருப்பார்களா? தொடர்ந்துதான் காதலித் திருப்பார்களா? கற்பனை கதாபாத்திரங்கள் எப்படி நடந்து கொண்டிருப்பார்கள் என்று கல்லறையில் உறங்கும் ஷேக்ஸ்பியரை எழுப்பிக் கேட்டால்தான் உண்டு!

இதைச் சொல்வதால் பெற்றோர்கள் தங்கள் டீன் ஏஜ் குழந்தை யாரையாவது காதலிக்கிறேன் என்று அழைத்துக்கொண்டு வந்து நின்றால் அட்சதைப் போட்டு ஆசீர்வதித்து அனுப்பவும் என்று சொல்ல வில்லை. ரியாக்டன்ஸ் கோட்பாட்டை எண்ணிப் பார்க்கச் சொல்கிறேன். இரண்டு அடி தடுப்பு வைத்தால் பின்னாலிருக்கும் பொம்மை மீதுதான் நாட்டம் பெருகும் என்று நினைவுபடுத்துகிறேன்!

பற்றாக்குறை கோட்பாட்டின் பவர் புரிந்திருக்குமே. சரி, இந்தக் கோட்பாட்டை எப்படிப் பயன்படுத்துவது என்பதை அடுத்த அத்தியாயத்தில் பார்ப்போம்.

ஏன் இப்படி நீட்டிக்கொண்டே போகிறாய் என்றா கேட்கிறீர்கள்? கோட்பாடுதான் சார் பற்றாக்குறை பற்றியது. இதைத் தெரிந்து கொள்வதில் கூடவா பற்றாக்குறை?

- 18 -

பற்றாக்குறையைத் தாராளமாகப் பயன்படுத்தலாம்

வாழ்க்கையை, வியாபாரத்தைப் பாதிக்கும் சைக்காலஜி சம்பந்தப்பட்ட மேட்டர்களில் இன்னொரு முக்கியமான கோட்பாட்டை போன அத்தியாயத்தில் பார்த்தோம். அதன் தாக்கத்தையும், அதை எப்படி விற்பனையில் பயன்படுத்தலாம் என்பதையும் பற்றி இன்னும் கொஞ்சம் பேசுவோம்.

எளிதாகக் கிடைப்பதைவிட மெனக்கெட்டு பெறும் விஷயம் சிறந்தது என்று நினைக்கிறோம். ஒரு விஷயத்தின் தன்மையை, தரத்தை அது எளிதாக அல்லது அரிதாகக் கிடைப்பதைக் கொண்டு தீர்மானிக்கிறோம். 'விலைக் குறைப்பு' என்பதைவிட 'விலைக் குறைப்பு மூன்று நாட்கள் மட்டும்' என்பது பெரிதாகப்படுகிறது. கடைக்கு உடனே ஓடத்தோன்றுகிறது. தேவை யானதையும் தேவையற்றதையும் வாங்கத் தோன்றுகிறது.

ஒரு விஷயம் பற்றாக்குறையாக இருக்கும்போது அதன் மதிப்பு கூடுகிறது. விற்கும் பொருளிலிருந்து பெறும் தகவல் வரை அனைத்துக்கும் இந்தக் கோட்பாடு பொருந்தும். ஒரு செய்தி அல்லது தகவலின் மதிப்பும் மரியாதையும் அது அரிதாக இருக்கும் பட்சத்தில் அதிகமாகிறது. அமெரிக்காவில் அரிஸோனா மாநிலத்தில் நடந்த ஆய்வு ஒன்றைக் கொண்டு இதை விளக்குகிறேன்.

பிற நாடுகளிலிருந்து மாட்டிறைச்சியை இறக்குமதி செய்து கடைகளுக்கு விற்கும் கம்பெனி அது. அதன் விற்பனையாளர்கள் மூன்று பிரிவுகளாகப் பிரிக்கப்பட்டார்கள்.

முதல் பிரிவைச் சேர்ந்தவர்கள் வழக்கமாகச் செல்லும் கடைகளுக்கு வழக்கமாகச் சென்று ஆர்டர் எடுக்கச் சொல்லப்பட்டனர். இரண்டாவது பிரிவைச் சேர்ந்தவர்கள் அவர்கள் வழக்கமாகச் செல்லும் கடைகளில் அடுத்த மாதம் மாட்டிறைச்சி இறக்குமதி குறையப்போகிறது என்று கூறுமாறு சொல்லப்பட்டது. மூன்றாவது பிரிவு அவர்கள் வழக்கமாகச் செல்லும் கடைகளில் அடுத்த மாதம் மாட்டிறைச்சி இறக்குமதி குறையப்போகிறது என்று சொன்னதோடு இத்தகவல் பலருக்கும் தெரியாத பிரத்யேக தகவல் எனவும் கூறுமாறு அறிவுறுத்தப்பட்டது.

மூன்று பிரிவைச் சேர்ந்த விற்பனையாளர்களும் சொன்னபடியே சென்று, சொல்லி ஆர்டர் எடுத்தார்கள்.

ஆர்டர் புக்கை பார்த்தபோது ஒரு ஆச்சரியம் காத்திருந்தது. முதல் பிரிவைச் சேர்ந்தவர்கள் சென்ற கடைகள் வழக்கம்போல ஆர்டர் செய்திருந்தார்கள். இரண்டாவது பிரிவு சென்ற கடைகள் வழக்கத்துக்கு மாறாக மூன்று மடங்கு அதிகம் ஆர்டர் தந்திருந்தார்கள். ஆனால் இதைவிட ஆச்சரியம் மூன்றாவது பிரிவு சென்ற கடைகள் தந்த ஆர்டர்களில். அவர்கள் வழக்கத்துக்கு முற்றிலும் மாறாக ஆறு மடங்கு அதிகமாக ஆர்டர் தந்திருந்தனர்!

மாட்டிறைச்சி பற்றாக்குறை ஆகும் என்று இரண்டாவது பிரிவைச் சேர்ந்த கடைகள் அதிக ஆர்டர் தந்தது வியப்பல்ல. ஆனால் மாட்டிறைச்சி பற்றாக்குறையோடு அந்தத் தகவலே பிரத்யேகமானது எனும்போது மனித மனம் அந்தப் பற்றாக்குறை தகவலை மேலும் பெரியதாக மதிக்கின்றன என்பதையே இந்த ஆய்வு உணர்த்துகிறது.

தேவைப்படும் விஷயம் பற்றாக்குறையாக இருந்தால் மனதில் ஒருவிதக் கலக்கம் ஏற்படுகிறது. நம் அறிவை, யோசிக்கும் திறனை அது பாதிக்கிறது. பற்றாக்குறைக்குக் காரணம் நம்மைப்போலவே மற்றவர்களும் நாம் விரும்பும் அதே விஷயத்தை விரும்புகிறார்கள் என்று தெரிந்தால். பற்றாக்குறை நம் மீது வேண்டுமென்றே திட்ட மிட்டு பிரயோகிக்கப்பட்டதாக இருந்தால்கூட நாம் அதை உணர்வதில்லை.

பற்றாக்குறை நம் இதயத்தைத் தாக்கி மூளையை விழுங்கி உணர்ச்சிகள் எண்ணங்களை மழுங்கடித்து விடுகிறது. இதை விளக்கும் உண்மைக் கதை ஒன்றை "Influence' என்ற அற்புதமான புத்தகத்தில் விளக்குகிறார் அரிஸோனா பல்கலைக்கழக சைக்காலஜி மற்றும் மார்க்கெட்டிங் பேராசிரியர் ராபர்ட் சியால்டினி.

இந்த உண்மைக் கதையின் நாயகன் வேறு யாருமல்ல. ராபர்ட்டின் சகோதரர் ரிச்சர்ட் சியால்டினிதான். ரிச்சர்ட் காலேஜ் படிக்கும்போது படிப்புச் செலவை தானே பிசினஸ் செய்து சம்பாதித்தாராம். அதுவும் எப்படி, ஞாயிற்றுக்கிழமைகளில் கார்களை விற்று. சில ஞாயிறுகள் மட்டும் பணி செய்து காலேஜ் ஃபீஸ் கட்டியதோடு மற்ற நாட்களில் இடைஞ்சல் இல்லாமல் படிக்கவும் முடிந்ததாம்!

ரிச்சர்ட் ஓரளவு நல்ல நிலையிலுள்ள பழைய காரை அடிமாட்டு விலைக்கு பேரம் பேசி வாங்குவார். பிறகு அதை நன்றாகக் கழுவிப் பளிச்சென்று மாற்றுவார். அடுத்த நாள் பத்திரிகையில் அழகான வார்த்தைகள் கொண்டு கார் விற்பனைக்கு இருக்கிறது என்று விளம்பரம் செய்வார். காரை வர்ணிக்கும் விதம், விளம்பரத்தை எழுதும் விதம் அவ்வளவு அழகாக இருக்குமாம். ஒவ்வொரு விளம்பரத்துக்கும் குறைந்தது ஐந்து அல்லது ஆறு பேர் தொலைபேசியில் தொடர்புகொண்டு விசாரிப்பார்கள். ரிச்சர்ட் மதியம் இரண்டு மணிக்கு அப்பாயிண்ட்மெண்ட் தந்து 'வாருங்களேன், வந்து காரைப் பாருங்கள். பேசுவோம்' என்பார்.

இரண்டு மணிக்கு வரச் சொல்வது முதல் ஆளை மட்டுமல்ல. அனைவரையுமே! அழைக்கும் அனைவருக்கும் ஒரே தேதி, ஒரே நேரம் என்று ஒரு சேரத் தருவார் ரிச்சர்ட். பற்றாக்குறை கோட்பாட்டின் திரி கிள்ளி விடப்படுகிறது.

ரிச்சர்ட் வீட்டு வாசலில் காரை நிறுத்தியிருக்க, குறிப்பிட்ட நேரத்தில் முதல் ஆள் வருவார். காரை மேலும் கீழும் பார்த்து, உள்ளே அமர்ந்து ஆயிரத்தெட்டு கேள்விகள் கேட்டுக் குடைந்து 'அப்படி ஒன்றும் ஓஹோ என்று இல்லை' என்று குறை கூறுவார். 'நீங்கள் கூறும் விலை கட்டுபடியாகாது ரிச்சர்ட். குறைத்தால்தான் உண்டு, இல்லை எனக்கு இதில் விருப்பம் இல்லை' என்று முகம் சுளிப்பார்.

அந்த நேரம் அப்பாயிண்ட்மெண்ட் தரப்பட்ட அடுத்த நபர் வந்து சேர்வார். 'கார் விளம்பரம் பார்த்தேன். ஓ இதுதானா, பார்க்கலாமா' என்று கூறி காரை நெருங்க ரிச்சர்ட் அவரிடம் 'சார் கொஞ்சம் வெயிட் பண்ணுங்க. இவர் பார்த்துட்டிருக்கார். இவர் முடிச்சப்புறம் உங்களுக்கு காட்டறேன்' என்று மரியாதையுடன் கூற வந்தவர் தள்ளிச் சென்று நடப்பதை வேடிக்கை பார்ப்பார். பற்றாக்குறை கோட்பாட்டின் திரி பற்ற வைக்கப்படுகிறது.

இது நடக்கும்போது முதலில் வந்தவர் முகம் மாறுவதை உணர்வார் ரிச்சர்ட். அதுவரை காரை விட்டேத்தியாய் பார்த்தவர், விலையைக் குறைக்கச் சொன்னவர் மனதில் கலவரம் குடிகொள்ள ஆரம்பிக்கும். 'அய்யோ, கேட்ட விலை தரவில்லை என்றால் கார் போய்விடுமே.

அந்தக் கடன்காரன் கண்கொத்திப் பாம்பாய் காரையே பார்க்கிறானே. அவனுக்குப் பிடித்திருக்கிறது போலிருக்கே' என்று மனம் பரபரக்கும்.

இந்தக் கலவரம் போதவில்லை என்றால் அப்பாயிண்ட்மெண்ட் பெற்ற மூன்றாவது ஆள் வந்து நிற்கும்போது முதலில் வந்தவருக்கு வயிறு கலங்கவே ஆரம்பிக்கும். 'அய்யய்யோ, இந்த காரை வாங்க ஊரே கூடும் போலிருக்கே. இரண்டாவது கடன்காரன் வாங்கவில்லை என்றாலும் இந்த மூன்றாவது பிரம்மஹத்தி வாங்கிடுவான் போலிருக்கே. இந்த காருக்கு இத்தனை டிமாண்டா. நாமதான் காரை சரியாய் புரிஞ்சுக்கல போலிருக்கு' என்று நினைத்து காரை ரிச்சர்ட் சொன்ன விலைக்கே வாங்க முடிவு செய்வார். பற்றாக்குறை பட்டாசு படாரென்று வெடித்துச் சிதறுகிறது!

காலேஜ் செலவு முழுவதையும் இப்படிப் பற்றாக்குறை கோட்பாட்டைப் பயன்படுத்தியே முடித்தாராம் ரிச்சர்ட். அவராவது காலேஜ் படிப்பைத்தான் முடித்தார். பற்றாக்குறை கோட்பாட்டை நீங்கள் பிசினஸில் திறமையாய் பிரயோகித்தால் ஒரு காலேஜையே வாங்கி முடிக்கலாம்!

சின்ன கல்லு பெத்த லாபம்

வாய்மையே வெல்லும். நேர்மையே வெற்றி. உண்மையே ஜெயம்.

என்ன திடீரென்று 'இன்று ஒரு தகவல்' தருகிறான் என்று யோசிக்காதீர்கள். தொழிலுக்கும் சைக்காலஜிக்கும் இதற்கும் என்ன சம்பந்தம் என்று குழம்பாதீர்கள்.

மார்க்கெட்டிங்கிலும் விற்பனையிலும் கொஞ்சம் வாய்மை, நேர்மை, உண்மையை சாஸ்திரத்துக்கு உபயோகித்து அதன் பின் உங்கள் கைவரிசையைத் தாராளமாகக் காட்டினால் நினைத்தது கை கூடும். விற்பனை பெருகும். லாபம் கொட்டும். இது மார்க்கெட்டிங் லாஜிக். விற்பனை மேஜிக். இதை சைக்காலஜி சாத்தியப் படுத்துகிறது.

விஷயம் தெரிந்த விற்பனையாளர்கள் காலகாலமாக உபயோகிக்கும் டெக்னிக் இது. விற்பனையை ஆரம்பிக்கும் போது கொஞ்சம்போல நேர்மையை இருந்து, கொஞ்சம் உண்மையைப் பேசினால் போதும், வாடிக்கையாளர் அவரை முழுமையாக நம்பத் துவங்குவார். 'இவர் தனக்கு சாதகமாக இல்லாமல் எனக்கு சாதகமாகப் பேசுகிறாரே. இவரை முழுமையாய் நம்பலாம்' என்று நினைப்பார். அதன் பின் விற்பனையாளர் சொல்வதற்கெல்லாம் தலையாட்டுவார். பின் வாடிக்கையாளர் தலை

விற்பனையாளர் ஆதிக்கத்துக்கு வந்துவிடும். அதில் மொட்டை போடலாம். மிளகாய் அரைக்கலாம். தபேலாகூட வாசிக்கலாம்.

வாடிக்கையாளர் மொட்டைத் தலைக்கும் வளமையான விற்பனைக்கும் முடிச்சு போட முடியுமா? லாபம் அதிகரிக்கும் அளவுக்கு லின்க் உண்டா?

பேஷாய் முடியும். தாராளமாய் உண்டு. வாடிக்கையாளரிடம் பேசும் போது அவர்களுக்கு சாதகமாகவும், நமக்கே சற்று ஆப்புவைக்கும் படியும் பேச ஆரம்பிக்க வேண்டும். இப்படிச் செய்யும்போது நாம் நேர்மையானவர்போல் வாடிக்கையாளருக்குத் தோன்றும்.

சில பிராண்டுகள் தங்கள் விளம்பரங்களில் தங்களிடமுள்ள குறைகளைக் கோடிட்டுக் காட்டும். 'அதாக்கும், இதாக்கும், அதைச் செய்வேன் இதை முடிப்பேன்' என்று விளம்பரம் சொல்லக் கேட்டே பழகிவிட்ட வாடிக்கையாளர் மனதை இது கவரும். அட, என்ன சொல்கிறார்கள் என்று கேட்கத் தோன்றும். உண்மை பேசும் பிராண்ட் போல் இருக்கிறதே, மற்ற பிராண்டுகளுக்கு இது தேவலை என்று எண்ணத் தோன்றும். விளம்பரத்தின் நோக்கமே இதுதானே. அது செவ்வனே செய்யப்படும்!

உதாரணத்துக்கு 'லிஸ்டரின்' மவுத்வாஷ் பிராண்டை எடுத்துக் கொள்வோம். இது வாயைக் கொப்பளிக்க உதவும் பொருள் பிரிவு. வாயிலுள்ள கிருமிகளை நீக்கி வாயை துர்நாற்றம் இல்லாமல் வைக்கும் பிராண்ட். இதன் போட்டியாளர்கள் அனைவரும் இதையே கூறி அதோடு தங்கள் பிராண்ட் கொப்பளிக்க டேஸ்ட்டாய் இருக்கும், தங்கள் லிக்விட் ஸ்வீட்டாய் இருக்கும் என்று விளம்பரப்படுத்து கின்றன. ஆனால் லிஸ்டரின் 'காலை மாலை வேண்டா வெறுப்பாய் நீங்கள் உபயோகிக்கும் சுவை கொண்டது' என்று விளம்பரப் படுத்துகிறது.

இதைக் கேட்க ஆச்சரியமாக இருக்கிறதில்லையா? என்ன சொல்ல வருகிறார்கள் என்று கேட்கத் தோன்றுகிறதில்லையா. லிஸ்டரின் தொடர்ந்து 'எங்கள் மவுத்வாஷ் கசக்கும்; ஏனெனில் இது மருந்து. மருந்தால் மட்டும் தானே கிருமிகளைக் கொல்ல முடியும். அதைத்தான் திறம்படச் செய்கிறோம். அதனால் உங்கள் வாய் நாற்றமடிக்காமல் புத்துணர்ச்சியுடன் இருக்கும்' என்கிறது.

வாடிக்கையாளர்களும் 'கரெக்ட், மவுத்வாஷ் டேஸ்ட்டாய் இருந்தால் எப்படி மருந்தாக இருக்கமுடியும்? அவை மருந்தில்லை என்றால் எப்படி கிருமிகளைக் கொல்லமுடியும், சரியான டகால்ட்டி பேர்வழிகள்' என்று மற்றவற்றை ஒதுக்கி நம்பிக்கையோடு லிஸ்டரின்

வாங்குகிறார்கள். இதனால் கிருமிகளோடு போட்டியையும் போட்டுத் தள்ளுகிறது லிஸ்டரின். இப்படிக் கூறியே உலகின் லீடிங் மவுத்வாஷ் பிராண்டாக திகழ்கிறது. சின்னதாய் உண்மை பேசிச் சிறப்பாய் லாபம் கட்டுகிறது!

'லாரியல்' விலை கூடுதலான காஸ்மெடிக்ஸ் பிராண்ட். தன் விளம்பரங்களில் 'எங்கள் விலை சற்று அதிகம் தான். ஆனால் வர்த் இட்' என்கிறது. இதைப் பார்க்கும் மேல்தட்டுப் பெண்களுக்கு 'விலை அதிகமென்றால் பொருள் நன்றாக இருக்கும். நம் ஸ்டேடஸுக்கு ஏற்ற பிராண்ட்' என்று அதை விரும்புகிறார்கள். வாங்குகிறார்கள்.

மார்க்கெட்டரை விடுங்கள், கார் ப்ரோக்கர் முதல் வீட்டு ப்ரோக்கர் வரை விற்பனையாளர்கூட இந்த டெக்னிக்கைப் பயன்படுத்திப் பயனடையலாம். ஹோட்டல் சர்வர் உட்பட!

இந்தப் புத்தகத்தில் நாம் அடிக்கடி சந்தித்த ப்ரொஃபசர் ராபர்ட் சியால்டினி தான் பார்த்த ஒரு சர்வரின் சாமர்த்தியத்தை தன் புத்தகத்தில் விளக்கியதை இங்கு உங்களோடு பகிர்கிறேன்.

சர்வர்களுக்கு பெரிய சம்பளம் கிடையாது. ஒழுங்காய் சேவை செய்து டிப்ஸ் வாங்கிச் சம்பாதித்துக்கொள் என்பார்கள் முதலாளிகள். சியால்டினி குறிப்பிடும் அந்த சர்வரின் பெயர் வின்செண்ட். அந்த ஹோட்டலிலேயே அதிகமாக டிப்ஸ் வாங்குபவர் அவர் தான். அந்த ஹோட்டல் முதலாளியே அங்கு சாப்பிட்டால் அவருக்கு டிப்ஸ் தருவார் என்றால் பார்த்துக்கொள்ளுங்களேன்!

ஒரு பெரிய குடும்பமோ, நண்பர் படையோ ஹோட்டலுக்கு வந்து உட்கார்ந்து மெனு கார்டை பரிட்சைக்குச் சேர்ந்து குரூப் ஸ்டடி செய்வது போல் அரை மணி நேரம் படித்து நொட்ரு செய்தபின் வின்செண்ட் அந்த டேபிளில் ஆஜர் ஆவார்.

பிள்ளையார் சுழி போடுவது போல் சாப்பிடும் முன் கொறிக்கும் ஸ்டாடர்ஸை ஒருவர் ஆர்டர் செய்ய வின்செண்ட் கண்ணைச் சுருக்கித் தாடையைத் தடவி மெதுவாக 'நான் சொல்லக் கூடாது. இருந்தாலும் சொல்றேன். நீங்க ஆர்டர் பண்ற ஐடம் எப்பவுமே இங்க நல்லா இருக்கும். ஆனா இன்னைக்கு கொஞ்சம் சுமாராத்தான் இருக்கு, சாரி' என்று கூறி இன்னொரு ஐடம் பெயரைக் கூறி 'இது இன்னைக்கு சூப்பரா இருக்கு' என்பார்.

அவர் கூறிய ஐடம் விலை வந்தவர் ஆர்டர் செய்ததைவிட கம்மியாய் இருக்கும். வந்தவர்களுக்குத் தாங்கள் கேட்டது கிடைக்கவில்லை என்று கோபம் வராது. பதிலுக்கு வின்செண்ட் மேல் மதிப்புதான் வரும். நல்ல ஐடமாக சஜஸ்ட் செய்கிறார், விலை குறைவான

ஐடமாகவும் கூறுகிறார். பில்லுக்கு ஏற்ற டிப்ஸ் பற்றிக் கவலைப் படாமல் நமக்கு நல்லதைச் சொல்கிறார். இவர் நேர்மையாளர். எவ்வளோ அடிச்சாலும் தாங்கறான், இவன் ரொம்ப நல்லவண்டா என்பது போல் வின்செண்ட் மேல் ஒரு மரியாதை வந்துவிடும்.

பிறகு வந்த கூட்டம் எங்கே தானே ஆர்டர் செய்யப்போகிறது. வின்செண்டை விளித்து 'உங்களுக்குதான் எது நன்றாக இருக்கும் என்று தெரியுமே, நீங்களே சொல்லுங்கள்' என்று ஆளாளுக்குக் கேட்கத் துவங்குவார்கள். அதன் பின் வெற்றிலை பாக்கு போடும் வரை வின்செண்ட் சொல்வதுதான் வேத வாக்கு.

அதோடு விடமாட்டார் வின்செண்ட். வந்தவர்கள் சாப்பிட்டு பில் கேட்கும்போது 'அது எப்படி' என்று உரிமையோடு ஒரு ஒயின் பெயரைக் கூறி 'சாப்பிட்டு இத ஒரு ரவுண்ட் உள்ள தள்ளுங்க. போற வழில சொர்க்கம் தெரியலன்னா வந்து ஏண்டான்னு என்னை கேளுங்க' என்பார்.

வந்தவர்களும் எதற்குக் குறை என்று ஒயினை ஆர்டர் செய்து குடித்து, வின்செண்டுக்கு சொத்தை எழுதித் தருவது போல் டிப்ஸ் கொடுத்து சொர்க்கம் தெரியும்னாரே என்று ஆடிக்கொண்டே தேடிக்கொண்டு போவார்கள்.

இப்படியே சமயோஜிதமாய் பேசி சப்ஜாடாய் டிப்ஸை அள்ளுகிறாராம் வின்செண்ட். இந்நேரம் வேலை செய்யும் ஹோட்டலையே அவர் விலைக்கு வாங்கி இருந்தாலும் ஆச்சரியப்படுவதற்கில்லை!

சின்ன விஷத்தில் நேர்மையை சின்ன லெவலில் காட்டினால் மக்கள் மனதில் நேர்மையாளனாய்த் தெரிவீர்கள். அதன் பின் பெரிய மேட்டர்களை நீங்கள் பேசும்போது கேட்பவர்கள் நீங்கள் சொல்வதை முழுவதும் நம்புவார்கள்.

சின்ன கல்லு பெத்த லாபம்!

- 20 -

மனித மூளையும் மார்க்கெட்டிங்கும்

'டிவி போட்டா விளம்பரம். ரேடியோ திருப்பினா அட்வர்டைஸ்மெண்ட். பேப்பர் பிரிச்சா ப்ரமோஷன். மார்க்கெட்டிங் தொல்லை தாங்க முடியாமப் படுத்தா காலிங் பெல்லடித்து வாசலில் நிற்கும் சேல்ஸ்மென். சே, பெரிய ரோதனையா போச்சு' என்று கடுப்பில் இருக்கும் கேஸா நீங்கள்? மனதைத் திடப்படுத்திக் கொள்ளுங்கள். இது இன்னும் மோசமாகப் போகிறது!

வீட்டு வாசல் வரை வந்தவர்கள் அடுத்தது நுழையப் போவது... உங்கள் மூளைக்குள்! நியூரோமார்க்கெட்டிங். மார்க்கெட்டிங்கின் அடுத்த கட்டம் ஆரம்பிக்கப் போகிறது.

வீட்டிற்குள் நுழைந்து வண்டி சாவியை வைத்த இடம் பத்து நிமிஷத்தில் மறந்து போகிறது. நேற்று சாப்பிட்ட டிபன் இன்று ஞாபகத்தில் இல்லை. நேற்று டிபன் சாப்பிட்டோமா என்பதே நினைவில் இல்லை. சில விஷயங்களை எதற்கு என்று தெரியாமல் செய்கிறோம். சில பொருட்களைக் காரணம் தெரியாமல் வாங்குகிறோம். வாங்கும் நமக்கே காரியம் தெரியாத போது அதை ஆய்வு செய்யும் மார்க்கெட்டர்களுக்கு எப்படி சொல்வோம்? காரணம் தெரியாமல் அவர்களும் எப்படி மார்க்கெட்டிங் செய்வார்கள்?

அதை விடுங்கள். விளம்பரம் பார்க்கும்போது நம் மூளைக்குள் என்ன நடக்கிறது. 'இந்த விளம்பரம் பார்த்து ஏமாறும் ஆள் நான் இல்லை, நான் ஜித்தன்' என்று சுயதம்பட்டம் அடிக்கிறார்களே சிலர். உண்மையில் விளம்பரங்கள் மக்கள் மனதைப் பாதிக்குமா? அவற்றை ஒதுக்கித் தள்ளிவிடமுடியுமா?

இதற்கான பதில்களும் காரணங்களும் மனதுக்குத் தெரியாமல் இருக்கலாம். ஆனால் அவை நம் மூளையில் ஒரு மூலையில் ஒளிந்திருக்கின்றன. அதைக் கண்டுபிடிக்க மூளைக்குள் மார்கெட்டர் செய்யும் விசிட்தான் நியூரோமார்கெட்டிங். இதற்கு மார்கெட்டர்கள் பயன்படுத்துவது இரண்டு டெக்னிக்குகளை. FMRI (Functional Magnetic Resonance Imaging) மற்றும் Steady State Typography.

கோடான கோடி செல்கள் இருக்கும் மூளையின் குறிப்பிட்ட சில இடங்கள் நம் குறிப்பிட்ட எண்ணங்களை, உணர்ச்சிகளை, செயல்களை வழிநடத்துகின்றன. கோபம் வந்தால் மூளையில் ஒரு பகுதி ஆன் ஆகிறது. 'பலான' மூட் வந்தால் மூளையின் இன்னொரு இடம் சூடாகிறது. பசி எடுத்தால் வேறு இடம்.

மூளை ஒரு காரியத்தைச் செய்ய அதற்குத் தேவையான எரிபொருள் ஆக்ஸிஜனும் குளுகோஸும். ரொம்ப மெனக்கெட்டு ஒன்றைச் செய்யும்போது அதிக எரிபொருள் தேவைப்படுகிறது. செய்யும் செயலைப் பொறுத்து மூளையில் அதற்குண்டான சிறிய பகுதி ஆக்டிவேட் ஆகிறது. FMRI ஸ்கேனில் அந்தப் பகுதி பளிச்சென்று பதிவாகிறது. பதிவாகும் இடத்தை வைத்து எந்த வேலை செய்தால் மூளையில் எந்த இடத்தில் அது பதிவாகிறது என்பதை நியூரோ விஞ்ஞானிகள் கணக்கிடுகிறார்கள்.

மூளை வேலை செய்வதைக் கண்டறியும் இன்னொரு தில்லாலங்கடி டெக்னிக் SST. இது மூளைக்குள் நடக்கும் மின்சார அதிர்வுகளை உடனுக்குடன் அளந்து மானிடரில் அலைகளாகக் காட்டுகிறது.

உணர்ச்சிகளை அளக்கவும், புரிந்துகொள்ளவும் இந்த இரண்டு டெக்னிக்குகளை மிஞ்ச இன்று வேறெதுவும் இல்லை.

இதை இன்னும் விரிவாய் விளக்கினால் ஹிந்தி படம் போல் இருக்கும். ஒரு எழவும் புரியாது. விஷயம் தெரிந்தவர்கள் சொல்கிறார்கள். கேள்வி கேட்காமல் கேட்போம்.

சரி, இதை வைத்து என்ன கண்டுபிடித்திருக்கிறார்கள்?

சிகரெட் பிடித்தால் புகை மட்டுமல்ல, கேன்சரும் சேர்ந்து வரும் என்று எத்தனை சொன்னாலும் சிலருக்குப் புரியாமல் இருப்பது ஏன் என்று

மார்டின் லிண்ட்ஸ்ட்ராம் என்னும் மார்கெட்டருக்கு சந்தேகம். நியூரோமார்க்கெட்டிங் கொண்டு இங்கிலாந்தில் ஒரு ஆய்வு செய்தார்.

முப்பத்தி இரண்டு சிகரெட் பிரியர்கள் ஆராய்ச்சிக்கூடத்துக்கு அழைத்து வரப்பட்டனர். அவர்கள் FMRI மெஷினுக்குள் தள்ளப்பட்டனர். ஒரு ஸ்க்ரீனில் சிகரெட் பாக்கெட்டில் உள்ள வார்னிங் வார்த்தைகள் காட்டப்பட அவர்கள் கையிலுள்ள ஒரு ஸ்விட்ச் மூலம் அவர்களுக்கு அதைப் பார்க்கும்போது சிகரெட் பிடிக்கத் தோன்றுகிறதா இல்லையா என்று அழுத்த வேண்டும். ஆய்வு செய்தவர்கள் நியூரோ துறை ஜாம்பவான்கள். ஐந்து வார ஆய்வுக்குப் பிறகு அவர்கள் கண்டுபிடித்தது என்ன?

'சிகரெட் பிடித்தால் கேன்சர்', 'செல்லரித்து போன லங்க்ஸ் படம்' என்று சிகரெட் பாக்கெட்டிலுள்ள வார்னிங் பலிக்கவில்லை, பிரயோஜனமில்லை என்பது சிகரெட் புகை மத்தியிலும் பளிச்சென்று தெரிந்தது.

இதையாவது ஒழிந்துபோகிறது என்று விட்டுவிடலாம். இந்த வார்னிங்குகளை பார்க்கும்போது பார்ப்பவர் மூளையிலுள்ள 'நியூக்ளியஸ் அக்கம்பென்ஸ்' என்னும் பகுதி பளிச்சிட்டது. இதுதான் மூளையின் 'தப்பு செய்யச் சப்பு கொட்டும் இடம்'. சிகரெட், செக்ஸ், சூதாட்டம், ட்ரக்ஸ் போன்ற லாகிரி வஸ்துகளுக்கு உடம்பு ஆசைப்படும்போது சூடாகும் மூளைப் பிரதேசம் இதுதான்.

என்ன நடந்தது புரிகிறதா?

சிகரெட் பிடிக்காதே என்று சொல்லும்போதும் அதற்கு நேர்மாறான விளைவு ஏற்பட்டு சிகரெட் பிடிக்க ஆசை பிறக்கிறது!

இதில் தமாஷ் என்னவென்றால், ஆய்வில் கலந்துகொண்டவர்களிடம் ஆய்வுக்கு முன் சிகரெட் வார்னிங்குகளை பார்த்தால் என்ன தோன்றுகிறது என்று கேட்கப்பட்டது. அவர்களும் ஒழுங்கு பிள்ளைகளாக 'சிகரெட் பிடிப்பதன் அபாயம் புரிகிறது, சிகரெட் பிடிக்காமல் இருக்கவேண்டும் என்று தோன்றுகிறது' என்று சமர்த்தாக பதிலளித்தனர்.

அப்படி என்றால் அனைவரும் பொய் சொன்னார்களா? இல்லை. பப்ளிக்காய் இப்படித்தான் பதிலளிக்க வேண்டும் என்று மனம் விரும்புகிறது. ஆனால் மூளையோ 'சிகரெட்டைப் பத்த வை, வார்னிங்கில் நெருப்பை வை' என்கிறது. நம் மூளைக்குள் நடப்பது நமக்கே தெரிவதில்லை. இதுதான் நிதர்சனமான உண்மை.

இதைத் தெரிந்துகொள்ளத்தான் நியூரோமார்க்கெட்டிங்!

இன்னமும் நிறையக் கண்டுபிடித்திருக்கிறார்கள். அதில் ஒருவர் மார்டின் லின்ஸ்ட்ராம். தன் ஆய்வுகளை 'பை-யாலஜி' (Buy.ology) என்று புத்தகமாக எழுதியிருக்கிறார். சுமார் ஏழு மில்லியன் டாலர்களை முழுங்கி ஆய்வு செய்து அதன் கண்டுபிடிப்புகளை விளக்கும் புத்தகம்.

ஆய்வு முழுவதும் இவர் கைகாசில்லை. ஏழு கம்பெனிகளை வளைத்துப் பிடித்து அவர்களிடமிருந்து சொளையாய் கறந்திருக்கிறார் மனிதர். மூன்று வருட ஆய்வு. ஐந்து வெவ்வேறு நாடுகளில் நடத்தப் பட்டது.

இவர் கண்டுபிடிப்புகள் சிலவற்றை உங்கள் மேலான பார்வைக்கும் மூளைக்கும் முன்வைக்கிறேன்.

சினிமாவில் டூயட் சாங்கின்போது காதலனும் காதலியும் ஆட அவர்களுடன் இருபது முப்பது துணை நடிகைகள் யூனிஃபார்ம் போட்டுக்கொண்டு ஆட அவர்கள் பின்னால் விளம்பரப் பலகைகள் வைத்திருக்கப்படுவதைப் பார்த்திருப்பீர்கள். படத்தின் தயாரிப் பாளருக்கு லட்சக்கணக்கில் கொட்டிக் கொடுத்து வைக்கப்படும் விளம்பர போர்டுகள் இவை. இத்தனை செலவழித்துப் பெறப்படும் விளம்பரம் எப்பேற்பட்டது?

பத்து பைசாவுக்கு பிரயோஜனமில்லை என்பது ஆய்வுகளில் தெரிந்திருக்கிறது! இவ்வகை ப்ரமோஷன்கள் படத்தின் கதையோடு ஒட்டி பிராண்ட் பின்னப்பட்டால் மட்டுமே பயனளிக்கும் என்பதும் தெரிந்திருக்கிறது.

கடையில் புன்சிரிப்புடன் சர்வீஸ் தந்தால் வாடிக்கையாளர் மனம் விரிந்து இன்னமும் அதிகமாக வாங்கத் தோன்றுகிறதாம். கோடிக் கணக்கில் செலவழித்து எடுக்கப்படும் பல விளம்பரங்கள் மூளையிலும், மனதிலும் காணாமல் போகிறதாம். அதிலும் செக்ஸைப் பிரயோகிக்கும் விளம்பரங்கள் கண்டிப்பாக ஃபெயிலாகும் என்பது தெரிந்திருக்கிறது. கண்ணும் மூளையும் மேட்டரைப் பார்க்கும் ஜோரில் பிராண்டை மறக்கிறதாம்!

ந்யூரோமார்க்கெட்டிங்கின் மற்றொரு முக்கிய பயன் மார்க்கெட் ஆய்வுகளில். வழக்கமாக கம்பெனிகள் செய்யும் மார்க்கெட் ஆய்வுகளில் வாடிக்கையாளர்கள் என்ன செய்தார்கள், ஏன் அதைச் செய்தார்கள் என்று கேட்கும்போது அவர்கள் கூறும் பதில் பொதுவாகவே முழுமையாக இருப்பதில்லை. அதற்காக அவர்கள் மறைக்கிறார்கள், பொய் சொல்கிறார்கள் என்றில்லை. பதில் அளிக்கும்போது மூளை என்ன சொல்கிறதோ அதை ஆய்வாளர்களிடம் சொல்கிறார்கள். அவ்வளவே.

உதாரணத்துக்கு, விலை உயர்ந்த 'பி.எம்.டபிள்யூ' காரை ஏன் வாங்கினீர்கள் என்று யாரிடமாவது கேட்டால் அவர் 'நல்ல கார், அருமையான இன்ஜின், சுகமான சவாரி, அதனால் வாங்கினேன்' என்றுதான் அடுக்குவார்.

ஆனால் அதையே மூளைக்குள் புகுந்து நியூரோமார்க்கெட்டிங் டெக்னிக் மூலம் தேடும்போது மூளை முழுசாய் உண்மையை ஒத்துக்கொள்ளும்.

'இந்த காரை வாங்கும் அளவுக்கு என்னிடம் காசில்லை. என்ன செய்வது, என் கிளப்பில் உள்ளவர்கள் இது போன்ற காரை வாங்கியிருக்கிறார்கள். நான் என்னுடைய பழைய காரில் அங்கு போகலாம் என்றால் என் மனைவி, குழந்தைகள் ஏற மறுக்கிறார்கள். காறித் துப்புகிறார்கள். அதனால் வேறுவழியில்லாமல் பந்தா காட்ட ஏகத்துக்கும் கடன் கொடுத்து இந்த கர்மத்தை வாங்கினேன்' என்று ஒப்புதல் வாக்குமூலம் அளிக்கும்!

முழு உண்மைகளை மூளை உடம்பின் சொந்தக்காரருக்கே சொல்வ தில்லை! இதுதான் உண்மை. இதற்கும் உதவப்போகிறது நியூரோமார்க் கெட்டிங். அதனால்தான் எதற்கு தெரியாதவரிடம் கேட்டுக்கொண்டு என்று நேராக மூளையே கேட்டுவிடவேண்டியதுதான் என்று மார்க்கெட்டர்கள் நியூரோமார்க்கெட்டிங்கை கையில் எடுக்க ஆரம்பித்துவிட்டார்கள்.

கூட்டிக் கழித்துச் சுருக்கமாய் சொல்லவேண்டும் என்றால் மனித மூளைக்குள் சென்று முயற்சி செய்தால் வாடிக்கையாளரை முழுமை யாகப் புரிந்துகொள்ளமுடியும், வெற்றிகரமான பிராண்டுகளை உருவாக்க முடியும் என்கிறார் மார்டின்.

உலகெங்கும் பல பெரிய நிறுவனங்கள் நியூரோமார்க்கெட்டிங்கைக் கையில் எடுக்கத் துவங்கிவிட்டார்கள். கிறிஸ்டியன் டியோர் என்ற வாசனை பொருட்கள் தயாரிக்கும் கம்பெனி வாடிக்கையாளர்களை FMRI டெஸ்ட் செய்து தன் புதிய பிராண்டான "J'adore' பற்றி, அதன் வாசத்தை பற்றி, அதன் விளம்பரங்களைப் பற்றி என்ன நினைக்கிறார்கள் என்று ஆராய்ந்திருக்கிறார்கள்.

செய்த டெஸ்டெல்லாம் எப்படி இருந்தது என்று கேட்டதற்கு அந்த கம்பெனிக்காரர்கள் வாயைத் திறந்து பதில் சொல்லமாட்டேன் என்று அழிச்சாட்டியம் செய்கிறார்கள். ஏதாவது வில்லங்கம் வந்துவிடுமே என்று பயந்து. ஆனால் J'adore உலகெங்கும் அமர்களமாக விற்று வருகிறது. அந்த கம்பெனிக்கு இதுபோல விற்பனை நடந்து பல வருடங்கள் ஆகிறதாம்!

'யூனிலீவர்' கம்பெனியை பற்றி நீங்கள் அறிவீர்கள். அவர்கள் மூளை ஸ்கேன் கம்பெனி ஒன்றுடன் ஒப்பந்தம் செய்து கொண்டு தங்கள் புதிய ஐஸ் கிரீமான 'எஸ்கிமோ' பற்றி ஆழமாய் ஆராய்ந்திருக்கிறார்கள்.

சாஃப்ட்வேர் கம்பெனிகளும் இந்த நியூரோமார்கெட்டிங் ஜோதியில் ஐக்கியமாகத் துவங்கிவிட்டன. மனிதர்களால் கேட்ட கேள்விகளுக்கு ஒழுங்காகப் பதில் சொல்ல தெரிவதில்லை, இனி இவர்களிடம் கேள்வி கேட்டு டைமை வேஸ்ட் செய்வதற்கு பதில் நேராக அவர்கள் மூளைக் குள்ளேயே சென்று பார்த்துவிடுவோம் என்று 'மைக்ரோசாஃப்ட்' EEG மூலம் வாடிக்கையாளர்கள் கம்ப்யூட்டரை உபயோகிக்கும்போது ஏற்படும் உணர்வுகளை ஆராயத் துவங்கியிருக்கிறார்கள்.

'என்ன அக்கிரமம். ஆட்டைப் பிடிச்சு, மாட்டைப் பிடிச்சு, கடைசியில் ஆளையே பிடிச்ச கதையா இருக்கே' என்று நியூரோமார்கெட்டிங்கை எதிர்க்கும் கூட்டம் இருக்கவே செய்கிறது.

'மூளைச் சலவை செய்கிறார்கள் மார்க்கெட்டர்கள்' என்ற கூச்சலுக்கும் குறைவில்லை. இதை மூளையிலேயே, மன்னிக்கவும், முலையி லேயே கிள்ளி எறியவேண்டும் என்று கொடி பிடிக்கும் கும்பலும் உண்டு. இந்த இயல் இன்னமும் இந்தியாதிவுக்குப் பெரிய அளவில் வரவில்லை. கண்டதெற்கெல்லாம் எதிர்ப்பு கிளம்பும் தாய்திருநாடு இது. இங்கு என்ன ஆகப்போகிறதோ.

'மெஷின் வச்சே தேடினோம், சாருக்கு மூளையே இல்லை' என்றுகூட யாரைப் பற்றியாவது சொல்ல முடியும்.

நியூரோமார்கெட்டிங்கை எதிர்க்க இந்த ஒரு காரணம் போறாதா!

முடிவுரை

என் இனிய தமிழ் மக்களே!

பாரதிராஜா ஸ்டைலில் துவங்குகிறானே. மீண்டும் முதல் சீனிலிருந்து ஆரம்பிக்கப் போகிறானோ என்று அஞ்சாதீர்கள். திரும்பியும் முதலில் இருந்து பரோட்டா திங்கப் போகிறானோ என்று பயப்படாதீர்கள்.

முடிவுரை வந்துவிட்டோம். அதற்குத்தான் இந்த பில்ட் அப். மங்களம் பாடப் போகிறோம். இதற்குத்தான் இந்தப் பீடிகை!

சுகமான வாழ்க்கையோ சோகமான வாழ்க்கையோ, நாம் அனைவரும் வேகமான வாழ்க்கை வாழ்ந்து வருகிறோம். உட்கார நேரமில்லாமல் நிற்கிறோம். நிற்க நேரமில்லாமல் ஓடுகிறோம். ஓடுவதும் பத்தாதென்று பறக்கிறோம். இருபத்தி நான்கு மணி நேரம் பத்தவில்லை என்கிறோம். பரபரக்கிறோம். நேற்று முடிக்கவேண்டிய வேலை இன்று முடிக்க முயற்சிக்கிறோம்.

ஓய்ந்து போகிறோம். சோர்ந்து போகிறோம். நிச்சயமற்று நிற்கிறோம். விட்டேத்தியாய் விடுகிறோம். களைத்துப்போய் அமர்கிறோம். கவனமற்று இருக்கிறோம். டென்ஷனில் தவிக்கிறோம்.

கடந்த பத்து பதினைந்து வருடத்தில் உலகம் இன்னமும்கூட வேகமாகச் சுற்றுவதுபோல் தோன்றுகிறது. நேற்று பார்த்தது காணாமல்போய் புதியவை பிறந்திருக்கிறது. தகவல் பரிமாற்றம் ஒளியின் வேகத்தைவிட விரைவாய் நடக்கிறது. வந்து சேரும் தகவல் கடலை நிரப்பும் அளவுக்குக் கொட்டிக் கிடக்கிறது. ஊதுவத்தி ஸ்டாண்ட் ஓட்டையைப் போல் ஓராயிரம் ஊடகங்கள். கம்யூட்டரில் துவங்கி டேப்ளட்டில் வளர்ந்து கடைசியில் செல்ஃபோன் வழியாக பிரவாகிக்கும் இண்டர்நெட்.

பிறகென்ன பிராப்ளம்?

இதுதான் பிராப்ளமே!

மாறி வரும் உலகம், வேகமாய்ச் சுழலும் வாழ்க்கை. பெருகி வரும் தகவல். இவைதான் பிரச்னையே. எந்த ஒரு முடிவையும் ஆற அமர ஆராய்ந்து எடுக்க முடிவதில்லை. நேரம் இல்லை. பொறுமை இல்லை. பல சமயங்களில் திறமையும் இல்லை. வாழ்க்கையை வாழ்ந்து பார்க்க வக்கில்லாமல் விரைவாய்த்தான் பார்க்க வேண்டியிருக்கிறது. முடிவெடுக்க முடியாமல் முடியைப் பிய்த்துக்கொள்ளத்தான் முடிகிறது.

டக்கென்று கிரகித்துப் பட்டென்று முடிவு செய்து படாரென்று செயல்பட வேண்டிய அவசரம். கிடைத்த தகவல் அனைத்தையும் உபயோகிக்க நேரமில்லாத அவசியம். ஆய்வு செய்ய வேண்டிய முழுமையை மறந்து, ஆராய வேண்டிய தகவல் அனைத்தையும் துறந்து பிரதிநிதித்துவமாய் ஒன்றை மட்டும் எடுத்து அதைக்கொண்டு முடிவெடுக்க வேண்டிய ஃபாஸ்ட் ஃபுட் உலகம். ப்ரேக்கிங் நியூஸ் வாழ்க்கை..

சீப் சீப் என்று சப்தமிட்டால் அது தன் குஞ்சாகத்தான் இருக்கும் என்று நினைத்து தன் பரம எதிரியைக் கொஞ்சும் வான்கோழியைப்போல.

ரோட்டில் ஒருவர் விழுந்துகிடந்து யாரும் கவனிக்காமல் போனால் அவருக்கு உதவி தேவையில்லை என்று போய்க்கொண்டிருப்பதுபோல.

காருக்கு அருகில் கட்டழகி நின்றால் கட்டழகியின் அழகைப் போல் காரும் இருக்கிறது என்று நினைப்பதுபோல.

போட்டியாளர் விளம்பரத்துக்குச் செலவழிக்கிறார் என்றால் அவர் தெரியாமலா செய்வார் என்று அவர் மாதிரியே செலவழிப்பதுபோல.

டாக்டர் சொன்னால் கரெக்ட். டீச்சர் சொன்னால் சரி. சிவப்பா இருக்கறவன் பொய் சொல்ல மாட்டான். என்னைப் புகழ்பவன் நல்லவன்.

Fixed action pattern வாழ்க்கை. வான்கோழி முதல் நம் வாழ்க்கை வரை இந்தக் கதை தான். செய்யும் வியாபாரமும் இதற்கு விதிவிலக்கல்ல.

என்னதான் செய்வது?

வாழ்க்கையை ஓரளவாவது புரிந்துகொள்ள முயற்சிக்கலாம். மற்றவர் மனதை விடுங்கள். தொடக்கமாக நம் மனதைப் புரிந்துகொண்டால் மற்றவர் மனதைப் புரிந்துகொள்வது ஓரளவு எளிதாகும். சைக்காலஜி பற்றிய அடிப்படை அறிவு இருந்தால் ஈசியாகும். வாழ்க்கையும் சரி. வியாபாரமும் சரி.

மனம் இருந்தால் முடியும்!